വെയിൽനാളങ്ങൾ

veyilnalangal
poems

•

kalliyoor madhu

•

first edition
july 2011

•

published
chintha publishers, thiruvananthapuram

•

typesetting
minerva graphotechs, attukal

•

printed
akshara offset, thiruvananthapuram

•

cover
anas rashad

വിതരണം

ദേശാഭിമാനി ബുക്ക് ഹൗസ്

H O തിരുവനന്തപുരം–695 001

ബ്രാഞ്ചുകൾ

ഓവർബ്രിഡ്ജ് തിരുവനന്തപുരം • കെ എസ് ആർ ടി സി ബസ് സ്റ്റേഷൻ ആലപ്പുഴ • കെ എസ് ആർ ടി സി ബസ് സ്റ്റേഷൻ എറണാകുളം • ഐ ജി റോഡ് കോഴിക്കോട് • മാവൂർ റോഡ് കോഴിക്കോട് • എൻ ജി ഒ യൂണിയൻ ബിൽഡിങ് കണ്ണൂർ • സെൻട്രൽ ബസ് ടെർമിനൽ കോംപ്ലക്സ് താവക്കര കണ്ണൂർ • മച്ചിങ്ങൽ ലെയ്ൻ തൃശൂർ

CO - 1619 / 2744

ഉള്ളടക്കം

ജീവിത പ്രാരാബ്ധങ്ങളുടെ നടുവിൽപ്പെട്ടു
വീർപ്പുമുട്ടി
മക്കളുടെ വളർച്ച കണ്ട് ആനന്ദിക്കാ
നിടവരാതെ
നിറകണ്ണുകളോടെ, അകാലത്തിലന്തരിച്ച
അച്ഛനും

കുടുംബഭാരം ഒറ്റയ്ക്ക് ചുമന്ന്
തളർന്ന്
അന്ത്യം വരെ മക്കൾക്കായി പ്രയത്നിച്ചും
മനമുരുകി പ്രാർഥിച്ചും കഴിഞ്ഞ, വിദുഷിയും
പരമസാധ്വിയും
ത്യാഗമൂർത്തിയുമായ
അമ്മയ്ക്കും

മലയാള കവിതയുടെ തനിമയ്ക്കും
ഇന്ന് അതിന്റെ ശക്തിയും സൗന്ദര്യവുമായിരിക്കുന്ന
ശ്രീ. ഒ എൻ വി കുറുപ്പിനും

വെയിൽനാളങ്ങൾ

കവിതകൾ

കല്ലിയൂർ മധു

ചിന്ത പബ്ലിഷേഴ്സ്
തിരുവനന്തപുരം-695 001
വില: ` 70

കല്ലിയൂർ മധു

കവിതയെഴുത്തിന് പ്രായം അരനൂറ്റാണ്ട്. പഠിച്ചത് എം എ വരെ. തൊഴിൽ അധ്യാപനം.

മാതൃഭൂമി, മലയാളരാജ്യം, മലയാള മനോരമ, കാമ്പിശ്ശേരിയുടെ *ജനയുഗം,* കെ ബാലകൃഷ്ണന്റെ *കൗമുദി, മലയാളനാട്, കുങ്കുമം, കേരളശബ്ദം, കേരളകൗമുദി, സമകാലിക മലയാളം, കലാകൗമുദി, ദേശാഭിമാനി* വാരികകളിൽ കവിതയും ലേഖനങ്ങളും എഴുതുന്നു.

ആകാശവാണിയിലും ദൂരദർശനിലും പ്രഭാഷണം, കവിത, ഗാനം തുടങ്ങിയവ വരാറുണ്ട്.

*ബാലസാഹിത്യകവിത (കൺമണി)*ക്ക് കേരളസാഹിത്യ സമിതിയുടെ അവാർഡ് ലഭിച്ചിട്ടുണ്ട്.

ഭാര്യ : അംബിക
മകൾ : ഗീത
മരുമകൻ : ചന്ദ്രമോഹൻ
കൊച്ചുമകൻ : പ്രണവ്
വിലാസം : 'ഉഷസ്സ്', വള്ളംകോട്
കല്ലിയൂർ പി ഒ
തിരുവനന്തപുരം – 42

അവതാരിക

ഹൃദയത്തിൽ നിന്നു ഹൃദയത്തിലേക്കൊഴുകുന്ന കവിത

ഒ എൻ വി കുറുപ്പ്

ശ്രീ. കല്ലിയൂർ മധു കാവ്യാസ്വാദകർക്കിടയിൽ പ്രശസ്തി നേടിക്കഴിഞ്ഞ കവിയാണ്. അദ്ദേഹത്തിന്റെ കുറെ കവിതകൾ സമാഹരിക്കുമ്പോൾ, അതിനൊര് അവതാരിക വേണമെന്ന ആവശ്യത്തിനു മുന്നിൽ പെട്ടെന്ന് എന്റെ മനസിലുണ്ടായ പ്രതിസ്പന്ദം ഇങ്ങനെയായിരുന്നു: "സ്വയമവതരിക്കുന്ന കവിതയ്ക്കെന്തിനാണവതാരിക?" മുമ്പൊരിക്കൽ മഹാകവി ജി, ശ്രീമതി സുഗതകുമാരിയുടെ കവിതകൾക്കെഴുതിയ അവതാരികയിൽ ഈ ചോദ്യമുന്നയിച്ചത് എന്റെ ഓർമയിൽ ഉയർന്നുവന്നതാവാം. കവിത സഹജഭംഗിയോടെ അവതരിക്കുമ്പോൾ, അതിന്റെ മുന്നിൽനിന്ന് കൊച്ചുവർത്തമാനം പറയുന്നത് പലപ്പോഴും ഒരു അനുഷ്ഠാനമെന്ന നിലയ്ക്കാവാം. ഹൃദയത്തിൽനിന്നു ഹൃദയത്തിലേക്കൊഴുകുന്ന കവിതയാണ് കല്ലിയൂർ മധുവിന്റേത്. ആത്മാർഥതയാണതിന്റെ മുഖമുദ്ര. സുതാര്യശോഭമാണത്. കവിയുടെ സർഗാത്മകപ്രതിഭയും വായനക്കാരന്റെ ആസ്വാദനോന്മുഖമായ പ്രതിഭയും സുഖകരമായ ഒരു പാരസ്പര്യത്തിലൊന്നുചേരുന്നു. വ്യാഖ്യാനിക്കാൻ മാത്രമുള്ള കവിതകളുടെ കൂട്ടത്തിലിവ ഉൾപ്പെടുന്നില്ല. എത്ര വ്യാഖ്യാനിച്ചുകഴിഞ്ഞാലും ആസ്വാദ്യമായ അംശം എങ്ങോ മറഞ്ഞിരിക്കുന്നതായിത്തോന്നുന്ന അനുഭവവും ഇവിടെയില്ല.

"തങ്ങളിൽ തച്ചുകൊന്നുഗ്രവീര്യം കാട്ടി
എങ്ങും കിളുർക്കുന്നൊരേരകപ്പുല്ലിന്റെ
കാടായി മാറുന്നുനാടും നഗരവും!
കാടത്തമെങ്ങും കൊടികുത്തിവാഴുന്നു!" സമകാലിക മാനവികാവസ്ഥയുടെ ഒരു 'മിനിയേച്ചർ' ഈ ഈരടികളിലുണ്ട്. പുരാണപ്രസിദ്ധ

മായ ഒരു വംശത്തിന്റെ നാശത്തിലേക്കാണത് വിരൽചൂണ്ടുന്നത്. പഴയ കഥകൾ ചരിത്രത്തിൽ പുനർജനിക്കുന്നതുകൊണ്ടാവാം, ഇതിഹാസങ്ങൾ സമകാലിക കൃതികൾപോലെ നാം വായിക്കേണ്ടിവരുന്നത്. 'മുത്തച്ഛനെങ്ങുപോയ്?' എന്ന ശീർഷകത്തിലുള്ള ഈ കവിതയിൽ, സൂചിതകഥകളുടെ ഒരു പരമ്പരതന്നെയുണ്ട്. ഗോദ്സെയും യൂദാസും; കംസനും ഹെരോദിയാവും വ്യത്യസ്ത ദേശകാലങ്ങളിൽനിന്ന് വീണ്ടും അടുത്തടുത്തു വന്നുനിൽക്കുന്നു. ഗാന്ധാരീവിലാപവും ക്രൗഞ്ചവിലാപവും 'ഊർധ്വം വലിക്കുന്ന 'മാനിഷാദ' യുമൊക്കെ പുതിയ പൊരുൾ തേടി വരുന്നു. "വാമനബ്ഭ്രാന്തിന്റെ കള്ളം തുറുങ്കിൻ കുടത്തിലടയ്ക്കുക!" എന്ന ആവശ്യത്തിന്റെ ബിന്ദുവിലേക്ക് കാലം നമ്മെ എത്തിച്ചിരിക്കുന്നു. ഭാവപ്രകാശനത്തിനാവശ്യമായ വസ്തുപ്രതീകങ്ങൾ ഇങ്ങനെ അനായാസമായി വന്നുചേരണമെങ്കിൽ സമ്പന്നമായ ഒരു സഞ്ചിതസംസ്കാരം വേണം. അത് ഈ കവിക്കുള്ളതുകൊണ്ടാണ് കവിതയ്ക്ക് ഈ അയത്നലാളിത്യം കൈവരുന്നത്.

പുരുവിന്റെ ചെത്തുടുപ്പ് ഊരിവാങ്ങി വിലസിനടക്കുന്ന യയാതിയുടെ അടുത്തേക്ക് കവിത നമ്മെ കൊണ്ടുപോകുമ്പോൾ, നാം അമ്പരന്നുപോകുന്നു! ഇത്ര പുരാതനമോ നമ്മുടെ ഈ പുതിയകാലം! ഇത് നർമരസോക്തിയെന്ന് തോന്നാം; പക്ഷേ, മർമഭേദകമായ ഒരു നേരിനെ മുഖപടം നീക്കിക്കാട്ടുകയാണ്. മനുഷ്യബന്ധങ്ങളിൽ വരുന്ന അസുഖകരമായ വ്യതിയാനങ്ങൾ പലകവിതകളിലും കരളിൽ കനൽകോരിയിടുംപോലെ ആവിഷ്കരിക്കുന്നു.

"കടലൊന്നായ് കുടിച്ചാലു-
മടങ്ങാത്ത ദാഹം! – ഭൂമി
ഉടലോടെ ഗ്രഹിച്ചാലും
കെടാവിശപ്പും....
ഇറ്റ് ദാഹനീരിനായി
കൊറ്റിനായിക്കരയുന്നു
ചുറ്റുമേതോ കുഞ്ഞുപൂക്കൾ
പടുമരങ്ങൾ...." ആസുരമായ ഈ കാലത്തിന്റെ മുഖങ്ങളാണോരോ കവിതയിലും കോറിവരച്ച് കവി നമ്മുടെ മുന്നിൽ നിവർത്തുന്നത്. '*മഹാഭാരത*ത്തിലുള്ളത് മറ്റു ചിലതിലും കണ്ടെന്നുവരാം. എന്നാൽ *മഹാഭാരത*ത്തിലില്ലാത്തത് മറ്റെങ്ങുമുണ്ടാവില്ല' എന്ന ചൊല്ല് പ്രസിദ്ധമാണല്ലോ. അതോർത്തുകൊണ്ട് വായിച്ചു തുടങ്ങേണ്ട ഒരു കവിതയാണ് 'മനുഷ്യബോംബ്.'

"ഭഗവാൻ വേദവ്യാസൻ
പറയാൻ മറന്നൊരു
കഥകൾ കാണും നിന്റെ
ഭാണ്ഡത്തിൽ – വരൂ, കാറ്റേ!..."

ഭാരതത്തിലെ വർത്തമാനകാല രാഷ്ട്രീയത്തെയാണ്, അതിനെ

ചുഴ്ന്നുനിൽക്കുന്ന അധികാരമോഹമെന്ന ധൂമവലയത്തിലൊതുക്കിക്കാട്ടുന്ന ഈ കവിതയും ധ്വനിപ്പിക്കുന്നത്.

'ഏകതാര'പോലെയുള്ള ശുദ്ധഭാവഗീതങ്ങളുടെ സൗന്ദര്യാത്മകത അനുഭവവേദ്യമെന്നല്ലാതെ, വ്യാഖ്യാനിച്ചു മുറിവേൽപ്പിക്കാൻ ഞാനുദ്യമിക്കുന്നില്ല. അല്ലെങ്കിൽത്തന്നെ, വ്യാഖ്യാനാതീതമായ ഈ കവിതകളിലൂടെ ആസ്വാദകർക്കൊപ്പം സഞ്ചരിക്കുക മാത്രമാണെന്റെ ലക്ഷ്യം – ഞാനതിൽനിന്ന് വ്യതിചലിക്കുന്നില്ല.

വേദനിപ്പിക്കുന്ന സാമൂഹിക യാഥാർഥ്യങ്ങളോട് പ്രതികരിക്കുന്ന കവിതയാണീ സമാഹാരത്തിലേറെയുള്ളത്. പലതിലും ഒരു കറുത്ത ഫലിതം തിരിനീട്ടുന്നു.

"വാസ്തവമോതുകിൽ
ഇന്ത്യതൻ രക്ഷയ്ക്ക്
വാസ്കോ ഡ ഗാമ–
യല്ലാതില്ലൊരുത്തനും..." എന്ന വിപരീതലക്ഷണയിലുള്ള പ്രസ്താവങ്ങളും മറ്റും ഈ കാലഘട്ടത്തിന്റെ ധാർമികച്യുതിയെ പേർത്തും പേർത്തും നമ്മെ ഓർമിപ്പിക്കുന്നു. "വേലിയിൽ പാമ്പിനെ മൗലിയിലേറ്റുന്ന പന്നഗഭൂഷണർ". "പഠിച്ചില്ല, നമ്മളിന്നോളം! പഠിപ്പുദോഷകല്ലയോ?", "രക്ഷിപ്പതേതു വീരപ്പനോ? ഗാമയോ?" തുടങ്ങിയ വാക്കുകളിൽ കറുത്ത ചിരിയോ ഒരു ജനതയുടെ നിസ്സഹായതയോ നിഴലിക്കുന്നതെന്നു പറയാൻ വയ്യ? മനുഷ്യന്റെ ആക്രാന്തം പ്രകൃതിയെ ആക്രമിക്കുമ്പോൾ, സുനാമികൾ പോലെയുള്ള തിരിച്ചടികൾ വിദൂരവ്യാപകമായ വിപത്തുകളുടെ നാന്ദിക്കുറിപ്പാവുമ്പോൾ, ഊർധ്വബാഹുവായിനിന്ന് കവി വിളിച്ചു പറയുന്ന ദുഃഖവും രോഷവും നിസ്സഹായതയുമെല്ലാം കലർന്ന വെളിപാടുകളാണിതിലെ കവിതകൾ. തിരയടങ്ങാത്ത സമുദ്രത്തിന്റേതുപോലെയുള്ള ഒരസ്വാസ്ഥ്യം ഈ കവിതകളുടെ ഹൃദയത്തുടിപ്പാണ്. വായനക്കാരെ, ഈ കവിതകളിലൂടെ നിങ്ങളീ ഉദാത്തമായ അസ്വാസ്ഥ്യമേറ്റു വാങ്ങുക എന്നേ എനിക്കു പറയാനുള്ളൂ. ശ്രീ. കല്ലിയൂർ മധുവിനും അദ്ദേഹത്തിന്റെ കാവ്യസപര്യക്കും എല്ലാ ഭാവുകങ്ങളും നേരുന്നു.

വയലാറിലെ തെങ്ങ്

വയലാർ പുന്നപ്രയിൽ
നിൽക്കുന്നു വെടികൊണ്ട
വയറിൽ മരിക്കാത്ത
കുഞ്ഞുമായ് ചെന്തെങ്ങൊന്ന്.....
അടുപ്പു പുകയാത്ത
കൂരയിലന്തിത്തിരി
കെടുത്താൻ പടിഞ്ഞാറൻ
കാറ്റിന്റെ ഹുങ്കാരങ്ങൾ
നിത്യവും പറന്നെത്തി
കാലുകുത്തുവാൻ സ്വന്തം
മുറ്റത്തെ മണ്ണിലിടം
നൽകിയ നെഞ്ചിൻ നേർക്ക്
പീരങ്കിയുതിർക്കുന്ന
നന്ദികേടിന്നന്തിമ-
സ്മാരകം പോലെ പൊങ്ങും
തെങ്ങു നിൽക്കുന്നു
മുന്നിൽ......
പട്ടിണിയിടയ്ക്കര വയർ-
പ്പട്ടിണിയുമായ്
പൊട്ടിയ കലങ്ങളും
കൊച്ചു ചട്ടികളുമായ്
ഉറക്കം വരാതെത്ര
വാർധകം

തളർച്ചയാലുറങ്ങിപ്പോകും
കുഞ്ഞു സ്വപ്നങ്ങൾ തൻ പക്കിലായ്
കിടപ്പൂ.....
നക്ഷത്രങ്ങളെണ്ണി
യാമങ്ങൾ തീർക്കും വയറിൻ
കഥയൊക്കെ മറക്കാൻ മനപ്പൂർവം......

2

കൊമ്പുകൾ കോർത്തും
തമ്മിൽ കുത്തിവീഴ്ത്തിയും, നാട്ടു-
വമ്പുകൾ പോത്തന്മാരായ്....
വർഗവഞ്ചകന്മാരായ്....
കഴുകൻ ചെന്നായ്ക്കളി-
ലധമന്മാരായ്.... ചില
ചതിയൻ ചന്തുവർഗ-
സന്തതിപ്പരിഷകൾ,
വരവേൽക്കുന്നു കാറ്റു-
മുതലാളിക്കു ഗൂഢം.
ഗുരുവിൻ നേർക്കുചൂണ്ടും
വിരലാലെച്ചിൽ വാരി
നിറയെത്തിന്നാൻ പത്തു
മുപ്പതു വെള്ളിക്കാശിൻ
എയർകണ്ടീഷൻ ചെയ്ത
മുറിയിൽ മയങ്ങാനും.....!

3

ആയിരം കൈയാൽ
നാടിൻ കണ്ണുനീരൊപ്പാൻ
വിശപ്പായുധമാക്കി സ്വന്തം
കാറ്റുകളുയർത്തീടാൻ
കരുത്താർന്നൊരു തെങ്ങ്
നൽകുമൂർജത്താൽ
മുരി നിവർന്നു നാടി-
ന്നധഃസ്ഥിതരും കരിമണ്ണും!
അക്കര മണ്ണിന്റേതാം
ശക്തിയൊക്കെയുമൊരു
പ്രസ്ഥാനമായൊന്നിച്ച
സഹ്യപുത്രനായ് തീർന്നു....

അവനു പാപ്പാന്മാരു-
ണ്ടായിപോൽ
നാടിൻ വേർപ്പിൽ
വീർപ്പിലുമുയിർക്കൊണ്ട
ധീരരാ മൊതേനന്മാർ....

4

പാപ്പാന്മാർ പലർ മാറി-
ക്കാലമങ്ങനെ പോകെ
പാറിവന്നെത്തും
വിദേശക്കാറ്റിൽ
സ്വർണത്തരി-
ത്തിളക്കം കണ്ടു
കണ്ണു
മഞ്ഞളിച്ചു പോയാന-
പ്പുറത്തെ പുത്തൻ
ഭാഗ്യാന്വേഷികൾ ചിലരപ്പോൾ.....
തച്ചോളിവീര്യം
ബാക്കി നിൽക്കുമീ-
ത്തെങ്ങാണത്രേ
തെക്കനും
വടക്കനും
കാറ്റുകൾക്കൊരേ ലക്ഷ്യം!
ചാക്കുകൾ നിറഞ്ഞെത്തും
സ്വർണ-
മിക്കരിമണൽ-
ക്കാറ്റിലൂടൊഴുകുന്ന
കണ്ടുടൻ മോഹിച്ചിട്ടോ
ഗൗരിതൻ ഗുരു
കൽപ്പവൃക്ഷത്തെ ശത്രുവിന്റെ
പീരങ്കിയാലെ
സൽക്കരിക്കുന്നു
പുതു പാപ്പാൻ.....!!

5

വയലേലയിൽ
പണിശാലയിൽ
മണ്ണിൻ മക്കൾ

പകലന്തിയിൽ നീണ്ട
നിശയിൽ
വിശപ്പിന്റെ നടുവിൽപ്പോലും
കൃഷ്ണമണിപോൽ കാക്കും
ഭാവിക്കനവിൻ നേർക്കോ
തോക്കു ചൂണ്ടുവാൻ
ധൈര്യപ്പെട്ടു,
ഇന്നലെ-
ക്കലാലയ മുറ്റത്തു
മഴയത്തെ-
പ്പൊന്നഴിക്കൂട്ടിൽ
കിളുർത്തുള്ളൊരി-
ത്തകരകൾ?!
കേരവൃക്ഷത്തിൻ
തിരുവയറ്റിൽ കിടപ്പതു
കേരള മനഃസാക്ഷിയാ-
ണതോർത്തോളൂ
നിങ്ങൾ.
മണ്ണിൽ നി-
ന്നനന്തമാം
ശക്തിയാർന്നത്രേ പച്ച
ച്ചെന്നിണ-
മതിൻ പ്രാണ-
നാളിയിൽ
തിളയ്ക്കുന്നു.

രാജവാഴ്ച

കാടിൻ ഭരണതലത്തിൽ പണ്ടൊരു
നാടൻ കുറുനരി മെല്ലെ
കടന്നുകൂടി ചെന്നായുടെ കൊതി
മുഴുത്ത ചിത്തവുമായി.....

നായും പുലിയും കടുവാ കഴുതയു-
മിടയിൽ വാവലുമായി
ഒരുമിച്ചുള്ളൊരു ഭരണം (കേസരി
നെടിയൊരു നിദ്ര പുണർന്നോ?)

കൂട്ടുകച്ചവടത്തിൽ ലാഭം
കൊള്ളയടിക്കാൻ മാത്രം
കടന്നുചെന്നു ജലമിറ്റുന്നൊരു
നാവും ചോരക്കണ്ണും
കൂർത്ത ദംഷ്ട്രപ്പല്ലും നഖവും
ഉള്ളിലൊളിച്ച സൃഗാലൻ....

നാട്ടാരുടെ ചുടുരക്തത്തിന്നാ
നാക്കിടയ്ക്കിടെ നീളും
ഇരുട്ടുവീണാലവരുടെ മുതലുകൾ
പരതിടുമക്കനൽ മിഴികൾ
രാകി മിനുക്കും പല്ലും നഖവും
– രാത്രി ജോലികൾ ലക്ഷ്യം.

കരുണയിരന്നു നടന്നൊരു കുമ്പിൾ
കിരീടമായി മറിഞ്ഞു

അതിന്റെ വായിലമർന്നു നാടിൻ
ധനവും ജീവനുമെല്ലാം.....

ഉദ്ധതനവനുടെ കൈയിൽ സൈനിക-
ശക്തിയൊതുക്കി നിറുത്തി
അതുല്യബലവാനവനെന്നോർത്തി-
ട്ടടങ്ങി മറ്റു മൃഗങ്ങൾ....
പരന്ന വൻകാടിന്നവനൊരു നവ-
പാദുഷയായി ഞെളിഞ്ഞു....

കാനനമാകെയടക്കി ഭരിച്ചു
കാട്ടുകള്ളൻ വമ്പൻ
അവന്റെ വർഗത്തിന്നായ് മാത്രം
ഭാരിച്ചുപോൽ കൊലകൊമ്പൻ....

(അവന്റെ വർഗമൊളിച്ചുകടത്തി
വനവിഭവങ്ങളശേഷം.....)

തമ്മിൽക്കുത്തും സചിവന്മാർക്കിതു
സമ്മതമല്ലെന്നാലും
എതിർത്തതില്ലവരൊരുമ തകർന്നൊരു
വീരർ ദുർബല ചിത്തർ
ഉണർന്നെഴുന്നേറ്റീലാ സിംഹം
- ഉറങ്ങിടും ജനരോഷം.....

അക്ഷരശൂന്യൻ കളിയാക്കി ജന-
ബുദ്ധിയെ സംസ്കാരത്തെ
തലോടി വീണ്ടും സ്വന്തക്കാരെ
തല്ലീയന്യരെയാകെ....
തകർത്തെറിഞ്ഞു പൊതുനന്മകളെ
താലോലിച്ചു സ്വാർഥം....
അടിച്ചമർത്തപ്പെട്ടവർ പൊട്ടി-
ത്തെറിച്ചിതൊരുനാളുഗ്രം
സിംഹപരാക്രമഗർജനമെങ്ങും
- നടുങ്ങി ജംബുകരാജൻ

മർദിത ചൂഷിത വർഗവികാരമൊ-
രഗ്നിപ്രളയമുയർത്തി

കണ്ടീലാ പിന്നാരും
ചതിയുടെ
മണ്ടൻചിരിയൊരു നാളും!.....

മാറ്റുവിൻ ചട്ടങ്ങളെ....

എടാ
അച്ചാ....
എടാ ഞാറാച്ചേ!

എടാ
അപ്പൂപ്പാ.....
എടാ തിങ്കളാച്ചേ!

അങ്ങനെ വിളിച്ചവൻ
ആരാവും?
ആരായാലെന്ത്......
അവൻ കവിയാണ്
തീർച്ച.

അച്ഛൻ.....
അലസമായ ഞായറാഴ്ച
അപ്പൂപ്പൻ....
–കർമ്മ നിരതമായ തിങ്കളാഴ്ച.
അപ്പോൾ ചെറുപ്പമാര്?
അപ്പൂപ്പനോ!.....
സംശയമെന്ത്?.....

'കാതൽ' വച്ച
മരത്തിന്റെ
ശക്തി....
അതു തന്നെ ജീവശക്തിയും

ചുമ്മാതാണോ–
"ഇതു നിനക്കു
ചേരില്ല....
എനിക്കു
പാകം"

എന്നു പറഞ്ഞ്
പൂരുവിന്റെ
ചെത്തുടുപ്പ്
ഊരിവാങ്ങി
യയാതി
വിലസി നടന്നത്?

എല്ലാറ്റിനും മാനദണ്ഡം
പ്രവൃത്തി.
നാട്ടു നടപ്പും
ഇന്നലത്തെ
ആചാരങ്ങളുമല്ല.

മാറ്റേണ്ടവ
ഉടൻ
മാറ്റണം.....
മാറ്റിക്കണം.

    അതു
    കവിധർമം.
അവൻ–
    കിളിക്കുഞ്ഞ്
    ആയതുകൊണ്ട്
കവി
    അല്ലാതാകു–
    ന്നില്ല!......

അന്യർ

ഞാനെന്തിനായിട്ടു
നിന്നെ പ്രണയിച്ചു
നാടൻ വധുവായ്.....
അകത്തളക്കാരിയായ്....

മക്കളെപ്പെറ്റു
മുലയൂട്ടി പിന്നവർ
മർക്കടക്കോലങ്ങളാകുന്ന കണ്ടുള്ളു
പൊള്ളിപ്പനിച്ചു കിടന്നുറങ്ങുമ്പോഴു-
മൊന്നു ഞെട്ടിയുണർ-
ന്നന്നുറക്കം വരാ-
ഞ്ഞങ്ങനെ രാവിലുഴന്നും
പകലുകൾ
തീയും കരിയും പുകയും ചുഴന്നൊരു
ദ്വീപിൽത്തളച്ചിട്ടു
വീർപ്പുമുട്ടിപ്പിട-
ഞ്ഞന്യർക്കു
മക്കൾക്ക്
നമ്മൾക്ക് ജീവിതം
സമ്പന്നമാക്കാനുഴയ്ക്കുമ്പൊഴും
ശബ്ദമെങ്ങോ മറ-
ന്നുയിർ പോറ്റിയീ ഭൂഗോള-
മൊന്നായ്-

തനിയെ ചുമക്കുമ്പോഴു-
മെന്തി-
നാർക്കുവേണ്ടി-
യെന്ന-
തൊന്നുമറിയാതെ
മുന്നിൽ തളർന്നു
വീഴുമ്പൊഴുതാരൊന്നു
മുന്നോട്ടുവന്നു
താങ്ങീടുമെന്നോരാതെ
പിന്നെയും പിന്നെയും
തന്നിലൊടുങ്ങുന്ന
ധന്യതയാണിതെ-
ന്നാരും നിനയ്ക്കാത്തൊ-
രന്യായമെന്തിന്ന് നീ വരിപ്പൂ?
സ്വയം
തീർക്കും ശരശയ്യ തന്നിൽ കുരിശ്ശിൽ മ-
റ്റാർക്കാനുമായ്
നൊന്തുനൊന്തു പിടയുന്നു!

ഹോമിച്ചിടുന്നു
വിലപ്പെട്ട ജീവിതം
കാമ കലാലയ-
മന്യർക്കൊരുക്കുവാൻ....
നീയൊഴിഞ്ഞുള്ളവരന്യർ
- ഒരു വേള
നീയും നിനക്കന്യയാ-
മെന്നറിയുക.....

അന്യനല്ലെന്നു
നടിക്കുന്നൊരെന്നെയും
നിൻ പ്രാണനാക്കാൻ
നിനക്കെന്തു
വൈഭവം.....!

മതികെട്ടാൽ (ൻ)

ചരിയുന്നു
വെന്തലറി വിളിച്ചിവി-
ടെരിയും കാടുകളതിദീനം.

ഇക്ഷിതി താങ്ങി
നിറുത്തും നമ്മുടെ
വൃക്ഷ പിതാമഹർ
ഭരണത്തിൻ
തക്ഷക ദംശന-
മേറ്റു മരിപ്പൂ
'ലച്ചിപ്പോം'
– എന്നാരുണ്ട്?

ഒരു മരച്ചില്ല തൻ
തണൽ തേടി
ഒരു തുള്ളി കുളിർ തേടി
ഒരിറ്റു കുടിനീർ നേടി
അലഞ്ഞു ഞാനീ
'ഹരിത വന'ങ്ങളിൽ
അലറിച്ചെരിയും
'മഴക്കാടു'കളിൽ

2

നമുക്കൊരു നേതാവ്
ഭൂമിക്കൊരു ജേതാവ്
ഡോളർ ദൈവത്തിന്റെ
നവോദയം പോലൊരു
ഭരണങ്ങാനം പിള്ള

സ്റ്റേറ്റു രഥത്തിൽ
തീക്കൊടി പാറി-
ച്ചെത്തും നാടിൻ ഭരണങ്ങാൻ
പുഴുത്ത റേഷൻ ഭരണങ്ങാൻ.

തലയ്ക്കുമുകളിൽ
കയറിയിരുന്ന്
തലയിൽ തീകോരിയിട്ട്
'ഭരു'ന്ന റബർ ഭരണങ്ങാൻ!....

നമ്മളെ നിത്യം
വെട്ടിവീഴ്ത്തി
നമ്മുടെ 'തടി'
അട്ടിയിട്ട്
ശവം ലോറിയിൽ
സ്വർഗരാജ്യം
തരും യഹോവ യീ
ഭരണങ്ങാൻ....

നമ്മുടെ മാനം
അവന്റെ സുവിശേഷങ്ങളിൽ
ഞെരിയുമ്പോൾ,
നമ്മുടെ 'കന്യാ'വനങ്ങളെ
ആ ദുശ്ശാസനൻ
പിച്ചിച്ചീന്തുമ്പോൾ,
കറുത്ത മണ്ണിനെ
ബലാൽസംഗം ചെയ്തു
കൊല്ലുമ്പോൾ

ശ്വാസംമുട്ടി മരിക്കും നമ്മൾ-
ക്കൊരു ഡോസ് ഓക്സിജൻ
തരാൻ (തരാതിരിക്കാനും)

ഒരു ഡോസ്
വിഷമെങ്കിലും തരാൻ
തന്നു നമുക്ക് 'ഗതി'യേകാൻ

വാഴ്ത്തപ്പെട്ടവൻ
എവിടെ നമ്മുടെ
ജനകോടികളുടെ
ഭരണങ്ങാൻ?

നമ്മളെ
വറചട്ടിയിലിട്ടു
വരട്ടിക്കൊല്ലാൻ
അവന്നു വിറകില്ല....
കമ്പില്ല.....
കരിയിലയില്ല....
എന്നാൽ..... കറൻസിയുണ്ട്.

നമ്മുടെ ജീവന്റെ
കൊമ്പുകളൂരി
കടത്തി വിറ്റൊരു
കറൻസി
പിണമല
കരിമല
കാട്ടിലെറിഞ്ഞ്
കാടു കരിച്ചൊരു
കരി വാരി
വിറ്റൊരു
ഡോളർ കറൻസി....

ഉണക്കിലയെക്കാൾ
ഭംഗിയുള്ള ഇന്ധനം....
കത്തുന്ന വിഷവാതകം
ആവിയാണ്....
ആവേശമാണ്.....

ജീവവായുവില്ല
ജീവനമില്ല....

മഞ്ഞില്ല
മഞ്ഞില്ലാക്കുളിരുമില്ല

മഞ്ഞക്കുരുവി തൻ
പാട്ടുമില്ല.....

3

അല്ലെങ്കിൽത്തന്നെ
അവനിതൊക്കെ എന്തിനാണ്?
ഭരിപ്പുകാര-
നധോ ലോകത്തിൻ
നായക നിവനൊരു
കുഞ്ഞാട്.....

അവന്
ശീട്ടുകൊട്ടാരവും
നോട്ടുകൊട്ടാരവും പോരെ?
മറ്റുള്ളതൊക്കെ
നമ്മൾക്കുമാത്രം.
നമ്മളോ....! നമ്മളാരാണ്?
പച്ച മരങ്ങൾ....
പച്ച മനുഷ്യർ....
പാവം പച്ചമരങ്ങൾ
പാവം പച്ച മനുഷ്യർ

4

മഹർഷി തൻകിളി
ഇരുന്ന മാമരം
ഉറക്കെ കേണു വീ-
ണടിയുന്നു മണ്ണിൽ.....

മര മര പാടും
മര മണ്ടന്മാർ നാം
മരിച്ച പുറ്റിൽ
വീണുറങ്ങും
ഭീരുക്കൾ....!

നിലാവ്, വീണ്ടും

കുളിരും ധനുമാസരാത്രി
വന്നെത്തി, യുള്ളിൽ
പുളകപ്പൊടിപ്പുകൾ
നിറയുന്നല്ലോ വീണ്ടും....

പൂവിതൾ പദം വച്ചു
മന്ദമായണയുന്ന
പൂനിലാവൊരു ദേവ-
കന്യ പോൽ രാഗാർദ്രയായ്

മൂടൽമഞ്ഞിനെ ഗാഢം
ചുംബിച്ചു ചുംബിച്ചേതോ
മോഹന സ്വപ്നത്തിന്റെ
ലയത്തിൽ മയക്കുന്നു....!

2

മണ്ണിനെ പ്രകാശത്തിൻ
വർഷത്തിലാറാടിക്കും
വെണ്ണിലാവിലെൻ
ജീവൻ
ഗാനമായ് തളിർക്കുന്നു

ഇരുളിൻ കയങ്ങളി-
ലുഴറിത്തിരിയുന്നോ-

രുലകിൻ കുടിലത
തൻ ജടക്കെട്ടിൻ മീതെ

ഗംഗയാ യവതരി-
ച്ചാതിര നിലാവു പ-
ണ്ടുണ്മ തൻ നിറ കതി-
രെമ്പാടും വാരിത്തൂകി....

3

ഒരു പുൽക്കൂട്ടിൽ
പൊട്ടിവിരിയും വെളിച്ചത്തി-
ലുലകൊക്കെയും മുങ്ങി
രോമാഞ്ചമെങ്ങും തിങ്ങി

അന്ധകാരത്തിൻ കടൽ
ഭീതിപൂണ്ടൊഴിയുന്നു......
ചിന്തയി ലറിവിന്റെ
തീരങ്ങൾ തെളിയുന്നു...

കനകാംബര മോലു-
മീ ദൈവപുത്രൻ ചുംബി-
ച്ചവനീ ദേവിക്കിരുൾ-
പ്പാപ മോചനമേകി

ആദ്യമാം സ്നേഹത്തിന്റെ
മുന്തിരിക്കനി നുകർ-
ന്നാത്മാവു പറന്നെത്തി
ആനന്ദ സാമ്രാജ്യത്തിൽ....

മുൾക്കിരീടവും മര-
ക്കുരിശും രഹസ്യമാ-
യപ്പൊഴും സൂക്ഷിച്ചു പോ-
ന്നിരുളിൻ പാതാളങ്ങൾ....

4

ജ്വരബാധയാ ലോരോ
ദിനവും ശോഷി, ച്ചന്ത്യ

മൊരു നാൾ, നിലാവെട്ട-
മപ്പാടെ ക്രൂശിൽത്തൂങ്ങി

കാളരാത്രി തൻ പിമ്പേ
വന്നൊരക്കരിവാവിൻ
കാളിമ വെളിച്ചത്തെ
ആദ്യമായ് കുരിശ്ശേറ്റി.....

5

ഇന്നു, മതുയിർത്തേറ്റു
മാനവാത്മാവിൻ വിണ്ണിൽ
വന്നുദിക്കാറുണ്ടു പൂ-
ന്തിങ്കളിൻ കലയായി.....

അറിവിൻ ജ്യോതിസ്സായി-
ക്കറിവിൻ പാലാഴിയായ്
അമൃത കലയതു
പിന്നെയും
വളരുന്നു.....

രാഷ്ട്രീയം

[വഴിയറിയുന്നീലെൻ
വീട്ടിലേക്കെന്നതു
വലിയ തമാശ – എന്നാലും
പരമമാം സത്യവു-
മന്യമ, ല്ലെന്നാലും
പരിഹസിക്കാതിരുന്നാലും!....]
വീടുതേടിയലഞ്ഞേറെ
വീണ്ടുമെത്തുന്നി, തീ വഴി
എന്റെ വീടേതെന്നറിയാ-
നെന്താണോതുക പോംവഴി....
കാലം തെളിഞ്ഞുകത്തുന്നു
താലമേന്തുന്നു പൊൻവെയിൽ
ഒരുങ്ങിനിൽക്കയാണെന്നെ
വരവേൽക്കാൻ പ്രപഞ്ചങ്ങൾ.
ആദിവാസികൾ തൻമണ്ണു-
മടക്കുന്നിതു നൂറ്റുവർ
കുചേലൻ നഷ്ടസർവസ്വൻ
കുന്തിതൻ മകനിന്നു ഞാൻ....
ഇന്ത്യൻപൗരനുമാണു ഞാൻ....!

വല്മീകത്തിൽ മരാമരം
ജപിപ്പൂ വ്യാധവൈഭവം
ജഢനീതി കൺചിമ്മുന്നു
ദുര വാഴുമ്പൊഴന്ധനായ്.

ഗേഹം തേടി നടന്നന്ത്യം
മോഹഭംഗം വരിക്കുന്നോൻ
നീ..... എന്നെന്നെപ്പഠിപ്പിച്ചു
നീളും നിഴലു മൂകമായ്....

ചുറ്റിലും നാവുനീട്ടുന്നു
പുറ്റിലും ഹിംസ്രജീവികൾ
ആരെയും കൊന്നു തൻകാര്യം
നേടും കുടിലവൃത്തികൾ.

രോഗദാരിദ്ര്യദുഃഖങ്ങൾ
നേർക്കുനിന്നു കയർക്കവേ,
പാരവയ്ക്കുന്നു നേതാക്കൾ
*പാണിയേകുന്ന മാതിരി......

അധികാരം പിൻപറ്റുന്നു
പുതുമച്ചമ്പിയെങ്ങുമേ.....
തിണ്ണയിൽ പദമൂന്നാനും
സമ്മതിക്കുകയില്ലവൻ.

കഴുക്കോലുകളൂരുന്നു
കഴകക്കാ, രൂരാൺമക്കാർ
തളർന്നങ്ങിങ്ങുറങ്ങുന്നു
വിശക്കും വീട്ടിലുണ്ണികൾ.

അവിൽപ്പൊതി കവർന്നും കൊ-
ണ്ടവരെത്താണ്ടി നീങ്ങിനേൻ.
പ്രാണവായുവിനും പേറ്റ-
ന്റന്യർക്കുള്ളൊരു പാതയിൽ.

ബോധിസത്വ-
നൊരാളുണ്ടി-
ന്നെങ്ങോ ചെന്നു മറഞ്ഞവൻ
അവൻ പതിത കാരുണ്യം
വ്രതമാക്കിയൊരച്യുതൻ,

* ഹസ്തദാനം (സഹാഹസ്തം എന്നും)

നാടും വീടും വെടിഞ്ഞേഴ-
ക്കുടിലിൻ കണ്ണീരൊപ്പുവാൻ
തെരുവിൽ യോഗദണ്ഡൂന്നി
നടന്നോൻ
ഖദർ പോയവൻ,

തല്ലിയോടിച്ചു മണ്ണിൽനി-
ന്നവനെത്തുല്യദു:ഖിതർ
ഞാനവർക്കേകെ നായകൻ.....
തെരുവിൽ
തെണ്ടിനീങ്ങുന്നു
പറ്റമായ് ഞങ്ങളിപ്പൊഴും
വെൺമാടങ്ങളിൽ
വാഴുന്നു
ഞങ്ങൾക്കായ് ജനനായകർ.....

വീണിടം
വിഷ്ണുലോകങ്ങൾ
ഞങ്ങൾക്കെന്നെറിയുന്നവർ
വൈനതേയ
വിമാനത്തിൽ
വൈകുണ്ഠത്തിലിറങ്ങുവോർ....

അവർക്കു
സ്വർഗം തീർത്തീടാൻ
അവശം പണിയുന്നവർ
തലചായ്ക്കാനിടം കിട്ടാ-
തലയും നാട്
രാഷ്ട്രമോ?.....

എഴുത്ത~~ച്ഛ~~ച്ചന്മാർ

എഴുത്തിനച്ഛനാർ?
എഴുത്തച്ഛൻ.
കണക്കെഴുത്തുകാരനാം
പെരുംതച്ചനല്ല.....

എഴുതും തച്ചന്മാ-
റൊരു നൂറായിര-
മധികാരികൾക്കു
കുഴലൂത്തിന്നുള്ളോ-
രനുചരന്മാരൊ-
ത്തണഞ്ഞാലും തുഞ്ച-
ഹൃദയവാരിധി
കടക്കാറാകുമോ?

*കസവുമുണ്ടന്മാ-
രവന്റെ വാലിന്മേൽ
കരവിരുതുകൾ
തുടരാനാവാഞ്ഞു
തിരികൊളുത്തുമ്പോ-
ളതു മലയാള-
ത്തിരുമുറ്റമൊന്നാ-

---

* കസവു മുണ്ടുടുത്തവർ. വലിപ്പത്തിന്റെയും മാന്യതയുടെയും പുറം പൂച്ചുള്ള കൊച്ചുമനുഷ്യർ

യെരിക്കുമോർക്കുവിൻ
മലയളക്കുവാൻ
മറുനാട്ടിൽക്കണ്ട
മുഴക്കോലുമെടു-
ത്തുഴറിയെത്തുന്നോർ
പതറി നിൽക്കുമ്പോ-
ളവർക്കു താങ്ങായി-
ബ്ഭരിക്കുവോരുടെ
പദ ദാസരെത്തി
മരം മുറിക്കുന്നു
കടത്തുന്നു പിന്നെ
മല മറിച്ചെന്നു
വിളിച്ചു കൂവുന്നു

വെറുതേ ലക്ഷങ്ങൾ
പുരസ്കരിക്കുന്നു
വെറുപ്പോടെ ജനം
മിഴിച്ചുനിൽക്കുന്നു......

ജനഹിതമറി-
ഞ്ഞനുഷ്ഠിക്കേണ്ടവർ
ജനദ്രോഹത്തിനു
കുട പിടിക്കുന്നു
അവരെ ദല്ലാളർ
വഴി നടത്തുന്നു.....
എഴുത്തിനച്ഛനാ-
യൊരുത്തനേയുള്ളൂ
എഴുത്തച്ഛൻ വേറി-
ല്ലറിയിൻ കൂട്ടരേ....

എഴുത്തെന്നാലെന്തെ-
ന്നറിയാത്ത പകർ-
പ്പെഴുത്തുകാരെ വേർ-
തിരിച്ചറിയുവിൻ....

എഴുത്തിനച്ഛനാണെഴുത്തച്ഛൻ
- വെറും
പെരും തച്ചനെന്നു
പഴുതേ ചൊല്ലായ്‌വിൻ.....

ഒടുക്കത്തെ കരു

വന്നു വന്നു ദിനംതോറു-
മൊന്നിനൊന്നു പെരുകുന്നു
മന്നിലെങ്ങും മുറിയുന്ന
മനുഷ്യബന്ധം....

അർക്കചന്ദ്രതാരകങ്ങ-
ളൊക്കെ മക്കൾക്കു മാത്രമായ്
വെക്കമൊതുക്കി വയ്ക്കുവാ-
നുയരുമാർത്തി....

കടലൊന്നായ് കുടിച്ചാലു-
മടങ്ങാത്ത ദാഹം..... ഭൂമി
ഉടലോടെ ഗ്രഹിച്ചാലും
കെടാ വിശപ്പും.....

.... ഇറ്റു ദാഹനീരിനായി
കൊറ്റിനായിക്കരയുന്നു
ചുറ്റുമേതോ കുഞ്ഞുപൂക്കൾ
പടുമരങ്ങൾ....

കരചരണങ്ങളറ്റു
കരുണയ്ക്കായ് പച്ചപ്രാണൻ
പിടയുന്ന പുരഗ്രാമ

വനതലങ്ങൾ
അധികാരം കീഴമർത്തി
മസ്തകത്തിൽ വാണരുളു-
മധിപൻ ഞാൻ
- കുലുക്കമില്ലെനിക്കു തെല്ലും.

ശീലമൊന്നുമിന്നോളവും
മാറിയിട്ടി-ല്ലവയെന്റെ
ശീലക്കുടക്കീഴിൽ
സുഖസുഷുപ്തി കൊൾവൂ....

2

സേവകപ്പരിഷയ്ക്കാർത്തി
കുറയുന്നീലെന്തുകൊണ്ടും
ഭൂമി തീർന്നു....
-നവഗ്രഹം പതിച്ചു നൽകാം

നക്ഷത്രത്തിൻ കതിർപ്പാടം
മിത്രങ്ങൾക്കും
അന്തരീക്ഷം മിച്ചമുള്ള-
തിണങ്ങർക്കും പാട്ടമായ് നൽകാം

ഒടുക്കത്തെക്കരുവായി-
ട്ടെന്നെയുമെറിഞ്ഞു തീർത്താ-
ലടങ്ങുമോ
ചെന്നായ്ക്കൂട്ടം?
- അറിഞ്ഞുകൂടാ.....

യാത്ര

(സിന്ദൂരബാഷ്പം
പൊഴിച്ചുനിന്നീടുന്നൊ-
രന്തരീക്ഷത്തിലെ
മേഘമാകുന്നു നീ)

എന്റെ മനസ്സിൻ
കയങ്ങളിൽ നിന്നുയിർ-
ത്തി പ്രപഞ്ചത്തിന്റെ
മൂർധാവിലെത്തി-
ത്തണുത്തു പെയ്യുന്നൊരു
വീർപ്പു നീയാകാശ-
ഗംഗാപ്രവാഹമായ്-
ത്തീരുന്നതെങ്ങനെ-
യെന്നറിഞ്ഞീടുവാ-
നെൻ കുതിരപ്പുറ-
ത്താ നാകവീഥിക്കു
മപ്പുറത്തായ് സൂര്യ-
ഗോളം കഴിഞ്ഞു
കുതിച്ചു പായുന്നു ഞാൻ.....

2

(എന്നെപ്പനിനീർ
തളിച്ചു വരവേൽക്കു-
'മിന്ദു'വായ് നീയൊരു
ശുദ്ധസ്മിതവുമായ്)

അക്കുതിപ്പിന്റെ
തിരമാലയിൽനിന്നു-
മർക്കന്റെ ദീപ്തി
പ്രസരം പൊഴിയുന്നൊ-
രെത്രയോ കോടി
യുഗങ്ങളിറങ്ങി വ-
ന്നഗ്നി പ്രളയത്തിലൂടെ
ജ്വലിക്കെ ഞാ-
നാദിത്യനെക്കൂടി-
യുൾക്കൊണ്ടിടുന്നൊ-
രനന്തയുഗശക്തി-
യായ് വളരുന്നുവോ?

3

ആകാശദീപങ്ങ-
ളാകെയെടുത്തു ഞാ-
നാഴിത്തടങ്ങളു-
മാഴക്കയങ്ങളു-
മൊക്കെക്കടന്നെന്റെ
കൺമുന്നിലാ ഹാ
തുറക്കുന്നു പുത്ത-
നുലകങ്ങൾ പിന്നെ-
പ്പിറക്കുന്നു നൂതന
ഗോളങ്ങൾ മുന്നോ-
ട്ടിറങ്ങിയിറങ്ങി ഞാ-
നാനന്ദ രൂപം
പരംപൊരുൾ നീയായ
ജ്യോതിസിലേക്കു
കുതിച്ചു നീന്തുന്നുവോ?

4

വേദങ്ങളൊത്തു
മറഞ്ഞ നിന്നെത്തിര-
ത്താഴത്തിലാഴ്ത്തി-
ലാഴുന്നു ഞാൻ വീണ്ടു-
മച്ഛസ്ഫടിക
സങ്കാശമാകും ദിവ്യ-
നിശ്ചല ഭൂഗർഭ-
ശാന്തി ഗേഹങ്ങളിൽ!

മനുഷ്യബോംബ്

ഭഗവാൻ വേദവ്യാസൻ
പറയാൻ മറന്നൊരു
കഥകൾ കാണും നിന്റെ
ഭാണ്ഡത്തിൽ- വരൂ കാറ്റേ.....!
ദില്ലിയിൽ ചെങ്കോട്ടയി-
ലൊരു നാൾ സ്വാതന്ത്ര്യത്തിൻ
പൊൻകൊടി ഉയർത്തീടാൻ
പാർഥനുമില്ലേ മോഹം?
ഈ നാടു
മോചനത്തിൻ വെളിച്ചം നുകർന്നതു
താനൊരാൾ
പെടാപ്പാടു പെട്ടതു
കൊണ്ടല്ലയോ?
എന്നിട്ടെന്തായി? കഷ്ടം!
സിംഹാസനത്തിൽക്കേറി-
ധർമ്മജനിരിക്കുന്നൂ!
റെഡ്ഫോർട്ടിലവൻ നിൽക്കും

ഇന്ദ്രപ്രസ്ഥത്തിൻ
നാഭീപദ്മമായ് വിളങ്ങുന്നൊ-
രിന്ത്യതൻ കൊടിയിതു
പൊക്കും ഞാനൊരു ദിനം....!
അതിന്നു തടസമീ മന്നൻ....

അന്നൊരിക്കൽ ഞാൻ
അവന്റെ തല കൊയ്യാ-
നാഞ്ഞതാണ....
പ്പോളെന്റെ
കൈ കടന്നെന്തേ
പിടിച്ചീടുവാൻ ഹരി?
നിന്റെ
കൈയിലുണ്ടൊരു രാജ്യം....
അതിനാലറിയുന്നീ-
ലധികാരത്തിൻ പുറ-
ത്തങ്ങനെ ചൊറികുത്തി-
യിരിക്കുമൊരുത്തന്റെ
ധർമസങ്കടങ്ങൾ നീ....!

ഒരുനാൾ
ഒരു മർത്യബോംബായെൻ
പ്രതികാര-
മവനെക്കൊല്ലും.....
നാടിൻ
ഭരണം
കൈയാളും ഞാൻ!

അഹംസത്യം

തിരയടിച്ചടി-
ച്ചുയരുന്നു കടൽ.
തിരയിൽ മുങ്ങി ഞാൻ
തകരുകില്ലെന്ന
പരമസത്യമോർ-
ത്തലറുന്നു കടൽ.

അടിച്ചുമാറ്റുവാ-
നതിനെ ദൂരത്തിൽ
അടിയിൽ പിന്നെയു-
മടിയിലേക്കൊരു
ഞൊടിയിടകൊണ്ടു
കുതിച്ചടുക്കുവാ-
നെരിതീപ്പന്തമാ-
യിരുളിന്നാഴങ്ങ-
ളെരിച്ചു ചെല്ലുവാൻ

പവിഴമുത്തുക-
ളിരുകരങ്ങള-
ല്ലൊരു നൂറു കൈകൾ
നിറയെ വാരുവാ-
നുയർന്നു പൊങ്ങുവാൻ

കരുത്തെഴുന്നൊരു
കര ഞാ, നാഴിതൻ
മുരൾച്ച കേൾക്കുമ്പോൾ
ചിരിച്ചു പോകുന്നു....

കടലേ!....
നീയെന്റെ കരങ്ങളിൽ കിട-
ന്നൊരു ശിശുവായി-
ക്കളിച്ചിരുന്ന നാൾ
പ്രപഞ്ച നൂതന
മഹാത്ഭുതങ്ങൾ ക-
ണ്ടിടയ്ക്കിടെ,
ഞെട്ടി വിടർന്ന നിൻ കണ്ണിൻ
കരുങ്കുവലയ
ദലങ്ങളിൽ കണ്ടേ-
നനന്തതയുടെ-
യഗാധ ദാഹങ്ങൾ....

കുരുന്നുമൊട്ടിൽ
തേൻ കണികപോൽ നിന്റെ
കനവിനുള്ളില-
ന്നനുരാഗത്തിന്റെ
തുഹിന ശീകര-
മൊളിഞ്ഞിരുന്നതും
നറുമുത്തായ് പിന്നീ-
ടതു വളർന്നതും

മിനുത്ത പൂവിതൾ-
ക്കവിൾത്തടങ്ങളി-
ലരുമയായ് മെല്ലെ-
ത്തഴുകിടുമ്പൊഴും

തെളിഞ്ഞു കണ്ടേന-
ന്നൊരു മഴവില്ലിൻ
തിളക്കത്തിൻ
ചെറു തിരനോട്ടങ്ങളും....!

ഉയരും താരുണ്യ-
ത്തിരക്കോളിൽ സ്വയം
മറന്നു നീ പുള-
ച്ചലറുമ്പോൾ ഞെട്ടി-
ത്തരിച്ചു നിൽക്കുന്നൂ
പ്രപഞ്ചം നിൻ മുന്നിൽ.

അഴകേ!
മുന്നേ നിന്നഴകു സർവവു-
മകമേ കാണുവാൻ
കഴിഞ്ഞിരുന്നൊരെ-
ന്നഹന്തയിന്നിതാ
ചിറകൊടിഞ്ഞു വീ-
ണടിയുന്നു....
ചീറിയലയ്ക്കും നിന്നുടെ
കരയിൽ നിൽക്കുമെൻ
ചിരി വിളറുന്നൂ.....

കിനാവിലും ഞാൻ
കണ്ടിരുന്നില്ലോമനേ
കിനാവള്ളികളും
കൊടും നക്രങ്ങളും
പുളച്ചുപായും
നിൻ കയങ്ങളു-
മാരും കറങ്ങിത്താഴും
വൻ ചുഴികളുമൊട്ടും.

കൊടുങ്കാറ്റിൽ
നിന്റെ ചിരി
മുഴങ്ങുമ്പോ-
ളിടിമിന്നൽ സ്വത്വമടുത്തു കാട്ടുമ്പോൾ

ചിരിച്ചു തുള്ളിയൊ-
ട്ടടുപ്പിച്ചാരെയും
വശീകരിക്കുവാൻ
വരിഞ്ഞുകെട്ടുവാൻ
സമർഥ നീ-

യെന്നി ന്നറിഞ്ഞൊരെന്നുടെ
സവിധത്തിൽ
കുഞ്ഞേ!–
യധീരയാകാതെ
അലറുക വീണ്ടും
കുടിച്ചു മത്തടി–
ച്ചമിത ഭോഗത്തിൽ
മതി മറക്കു, കെൻ
ചിരികണ്ടാലത്രേ
കലി നിനക്കിപ്പോൾ......!

ഏകതാര

ഞാനുറങ്ങുമ്പോൾ
ഉണർന്നിരിക്കുന്നൊരു
ഗാനമേ!
അൻപിനാൽ താരാട്ടിടുന്ന നീ
അമ്മയായ് കാമുകിയായ്
അനുജത്തിയായ്
അമ്മൂമ്മയായ്
എന്റെ ജീവിതസ്പന്ദങ്ങ-
ളാകെയായ്
എന്നെ ഉറക്കാനുണർത്തുവാൻ
കത്തുന്ന വാൽസല്യമാകും
കുളിരായി
നൃത്തസംഗീത-
മുതിർക്കുന്നു ജീവനിൽ.....
ഒറ്റ നക്ഷത്രമായ്
സന്ധ്യയിൽ-
താമരമൊട്ടായ്
പുലരിയിൽ-
നീ ചിരിച്ചെത്തവേ,
ഞാനറിയുന്നു
നീയാണെന്റെ
അമ്മയും മോളു-
മെനിക്കുള്ള
സർവവുമോമനേ

ഭൂമികന്യയെ വീണ്ടും....

അതിഗൂഢമായ് ച്ചീറി-
പ്പാഞ്ഞുപോയീടും മനോ
ഗതമാം തീവണ്ടിയി-
ലെന്തൊരു തിരക്കെന്നോ!....

ഭാരമത്രയും തന്റെ
കരളിൽ ത്താങ്ങിക്കൊണ്ടു
ദൂരമൊട്ടേറെ ത്താണ്ടി
-വിശ്രമ മിനിയെന്നോ?....

ജാലകപ്പഴുതിങ്കലൂടെ-
യപ്പോഴും കാണാം
നീല വാനിലെ വെള്ളി-
പ്പൂക്കളും പൂന്തിങ്കളും....

നറു മുന്തിരി നുര-
ഞ്ഞുയരും സ്വപ്നങ്ങളാൽ
നിറയും ചില്ലിൻ പാന-
പാത്രവും കൊണ്ടെൻ പിമ്പേ
തുടുപുങ്കവിൾത്തട്ടിൽ
രാഗ വൈവശ്യം പൂണ്ടു
തുടരുന്നു നീ, എന്റെ
യാത്രയിൽ പിരിയാതെ....

(ഇന്ദു വെൻ സങ്കൽപ്പത്തിൻ
വിണ്ണിൽ വന്നുദിച്ചൊരു
സുന്ദരി!- നാണത്തിന്റെ
കൺമഷി മാഞ്ഞീലിന്നും....)

2

അവസാനമില്ലാതെ
നീളുമീ റയിൽപ്പാളം
അവിരാമമായ് ച്ചീറി-
പ്പായുമീ ശകടവും
ആദ്യമായ് തെളിയുന്ന-
തെവിടു ന്നെന്നാണെന്ന
ചോദ്യവുമായെൻ മുന്നിൽ
വന്നു നിൽക്കുന്നോ ബുദ്ധി?
ജീവിതമനന്തമായ്
നീണ്ടുപോകുന്നു, ശാസ്ത്ര-
കോവിദൻ മർത്യൻ നിൽപ്പൂ
സൂര്യനെ ച്ചുംബിക്കുവാൻ

ജഡമാണല്ലോ ചന്ദ്ര-
മണ്ഡല-മതു ദൂരെ
ജയഘോഷത്തിൽ ത്തിമിർ-
ത്തെറിഞ്ഞൂ നരൻ ധീരൻ!

(വിശ്വാസമില്ലാത്തോരീ)
ഭൂമികന്യകയെ യഗ്നി-
സ്നാനമൊന്നിനി വീണ്ടും
ചെയ്യിക്കാൻ പോരേണ്ട നീ....)

3

കുതികൊള്ളുന്നൂ മുന്നോ-
ട്ടെന്തൊരു വേഗം വണ്ടി!-
ക്കെതിരേ വരുന്നവ-
ളാരു നീ സുരകന്യേ!....
മേഘമാലകൾ പുൽകും
ഗോപുര കവാടത്തിൽ
മോഹിനി, നിന്നെക്കണ്ടു
സർവവും മറന്നൂ ഞാൻ....

പുഞ്ചിരിച്ചു ഞാ; നോടി
വന്നു നീ യെൻ പിന്നാലെ
മുന്തിരിക്കിണ്ണം നിറ!-
-ച്ചിഴിഞ്ഞു നിലാച്ചേല....

4

വാൾത്തല താനേ കുനി-
ഞ്ഞിരിപ്പൂ ശാസ്ത്രം, നിന്നെ
വാഴ്ത്തി ഞാൻ- സ്വർഗം ചേരും
മാത്രകൾ മാത്രം തോഴി!....
വിടുകെന്നെ യീ മിഥ്യാ-
ബോധത്തിൽ സഖേ, സ്വപ്നം
വിടരും തിങ്കൾക്കുമ്പി-
ലൊന്നു ഞാൻ ചുംബിച്ചോട്ടെ....

ശിൽപ്പി

പ്രപഞ്ചമെന്നെക്കൗതുകികാണിക്കാ-
നുണർത്തി നീയിന്നെന്നെ.

ഉദിച്ചുപൊങ്ങുമുഷസിൻ ജ്വാലയി-
ലുരുകിയൊലിക്കും ലോകം
ചിന്തയിലാകെ നിറഞ്ഞു വർണ സു-
ഗന്ധമുണർന്നു തുടിച്ചു.

എന്നിൽപ്പുഞ്ചിരിതൂകി വിടർന്നൊരു
നിന്നിൽനിന്നാണല്ലോ
നൂറുനിറങ്ങൾ കലർന്നെൻ ഭാവന
നൂറുസ്വരങ്ങളിയന്നു
സുഗന്ധമേറെയണിഞ്ഞു പുത്തൻ
സുവർണകാന്തി പുണർന്നു.

എന്നും നിന്നുടെ കനിവാൽ ഞാനീ
മന്നിനു പുളകം ചാർത്തി
പല രൂപത്തിൽ പല ഭാവത്തിൽ
പിറന്നു നീയീ മണ്ണിൽ!

ഞാനാണെന്നും നിനക്കു ജീവിത-
മേകി മഹാത്ഭുതശിൽപ്പി

നൂതനഭാവവികസ്വരമാം നിൻ
ചേതന തീർത്തൊരു ശിൽപ്പി!.....

സൗന്ദര്യത്തിൻ സാകല്യം നീ
സത്യം ജീവിതസത്യം ഞാൻ
സർഗോന്മുഖസംഗീതം നമ്മുടെ
സംയോഗം പരമാനന്ദം!.....

ഉദയരാഗം

അമ്മയുടെ തിരുമുമ്പിൽ
പൊന്നുഷസ്സായ് തിളങ്ങുന്നൊ-
രെന്മനസിൽ നന്മയുടെ
പൂ വിരിയുന്നു

കൺമുനയിൽ തിര തല്ലും
കരുണ തൻ കടലിൽ ഞാ-
നെന്നെ മറന്നലിയുന്നു!
-പരമാനന്ദം....

മഞ്ജുളമാം മൃദുസ്മേര
പരാഗരേണുക്കൾ വീണെൻ
നെഞ്ചിലേതോ പൂർവപുണ്യം
കൺ തുറക്കുന്നു.

മറയുന്നു ജന്മാന്തര
പാപസഞ്ചയങ്ങളുള്ളിൽ
മറ നീക്കി മറ നാലും
വിളങ്ങിടുന്നു.

വളർ ചില്ലിയുഗളങ്ങ-
ളിളകുന്നൂ, ചടുലമാം

തിരുമിഴി ചൊരിയുന്നി–
തമൃതവർഷം.

അവിടുത്തെ പ്പുഞ്ചിരി തൻ
തേൻകണങ്ങളിറുന്നു വീ–
ണടിമുടി ജീവൻ കോരി–
ത്തരിച്ചു നിൽപ്പൂ... ഉടൻ
അടിയന്റെ ദു:ഖമെല്ലാ–
മൊഴിഞ്ഞുപോയി....

കനൽത്തിങ്കൾക്കല ചൂടി
കരളിന്റെ കയത്തിൽ നി–
ന്നുദയമായമ്മേ! നിന്റെ
കനക വിഗ്രഹമെന്നും
ഹൃദയാകാശത്തിൽ
ജ്വലിച്ചരുളീടാവൂ....

വൈദേഹി പോരേണ്ട!

എന്റെ വീടൊട്ടൊന്നു
പച്ച പിടിക്കുവാൻ
എന്റെ ബന്ധുക്കൾക്കു
മാളിക തീർക്കുവാൻ

കള്ളത്തടിവെട്ടി-
നായിപ്പതിന്നാലു
കൊല്ലങ്ങൾ തന്നെ
പണയപ്പെടുത്തണം....

പെട്ടെന്നവധിക്കു
വന്നനേരം തന്നെ
കെട്ടി ഞാൻ നിന്നെ
-ഉടൻ മടങ്ങീടണം

കള്ളക്കടത്തിന്റെ
കമ്മിഷൻ തട്ടണം
കള്ളു മണക്കും!
കറൻസികൾ കൊയ്യണം!....

2

താടി വളർത്തി നടക്കു-
മിടനിലക്കാരൻ മുനിക്കു
വഴങ്ങിയൊരുദിനം

ഞാനൊരു ഹീറോ ചമഞ്ഞു
നിൻ വീട്ടിലെ
പാനോത്സവങ്ങളിൽ
പങ്കുകൊണ്ടീടവേ.

നീയെന്റെ കണ്ണിൽ
തടഞ്ഞു–തവനേത്ര
നീലോൽപ്പലങ്ങളിൽ
പാടേ മയങ്ങി ഞാൻ!....

നേരമില്ല 'വന–
വാസ'ത്തിനായെന്റെ
തേരിലിപ്പോഴേ
പറന്നുപോയീടണം

3

കാടൊരു തീമണൽ–
ക്കാടായി മാറുന്ന
കാലം വരു–
ന്നതിൻമുമ്പെന്റെ ഓഹരി

ഒട്ടും കുറയാതെ
കൈയിലായാൽ പിന്നെ
ഒത്തുപിടിച്ചൊന്നു ജീവിച്ചിടാം
ചീറി–
പ്പായുന്ന മോട്ടോറിലാളെയിടിച്ചിട്ടു
പാപം തുലാഭാരമാക്കുന്ന നമ്മളെ
പട്ടാഭിഷേകം കഴിക്കു–
മീ രാജ്യത്തു മറ്റാരു പിന്നെ
ഭരണം നടത്തുവാൻ?

4

മറ്റൊരുത്തൻ നട–
ത്തീടുവാൻ വന്നെങ്കി–
ലൊറ്റ നടയ്ക്കവൻ പോവില്ല.
–പാദുകം
വച്ചു പൂജിച്ചു
മുഖപ്പങ്കു ചോർത്തുമെൻ
കുട്ടികൾക്കിഷ്ടനായ്

നിന്നുകൊള്ളുമവൻ.

കോഴപ്പണത്തിന്റെ
കോടികളാലേതു
കോടതിയേയുമളക്കുന്ന
ഞാനേതു-
കോണിലിരിക്കിലു-
മെന്നെബ്ഭയക്കാതെ
നാടുഭരിക്കാ-
നൊരുത്തൻ തുനിയുമോ?

പെണ്ണുകെട്ടും കഴി-
ഞ്ഞെത്രയോപേരിന്നു
ഗൾഫിൽപ്പറക്കുന്നു...
-ലങ്കാപുരിവരെ

ഞാനും ചിലപ്പോൾ
ഗമിച്ചെന്നിരിക്കുമീ-
നാട്ടിൽ ഞൊടിയിൽ
മറയുന്നു കാടുകൾ!....

5

വാനരവ്യൂഹം
തെളിച്ചു ഞാൻ തെക്കോട്ടു
വായുവേഗത്തിൽ
കുതിക്കണം ലങ്കയിൽ.

ചുട്ടുകരിക്കു-
മശോകവനങ്ങളെ
കെട്ടിയിട്ടീടും
ദശാസ്യനെ ലങ്കയിൽ.

വാലിൽ
പിടിച്ചൊരു
തീ ചുഴന്നു
പുലി-
വാലുപിടിച്ചപോ-
ലാകാതെ നോക്കണം

(നിന്നെത്തൊടാനാ-
യൊരുത്തനെത്തീടില്ല പിന്നെ
-ഞാനെത്രയ്ക്കകലെയായീടിലും)

6

ഇക്കാട്ടിലല്ല
മണൽക്കാട്ടിലാകിലു-
മൊക്കെക്കവർന്നു
ഞാനെത്തുംവരേയ്ക്കു നീ
കാത്തിരുന്നീടണം

പിന്നെ നമുക്കൊരു
കാഞ്ചനസ്വർഗത്തി-
ലൊത്തു കറങ്ങണം.

7

തുച്ഛം പതിന്നാലു വത്സരം
-അത്രനാൾ പുത്തൻ
മണവാട്ടിയായ്
നീയിരിക്കണം.

മുക്കുപണ്ടങ്ങളായ് തീരും
വികാരങ്ങൾ
മുത്തുനരച്ചാൽ!....

അതോർത്തിന്നു
തെല്ലുമേ ഖേദിച്ചിടേണ്ട നീ
ആർഭാട ജീവിതം
വാതിൽക്കലെത്തി
വിളിച്ചിടും നമ്മളെ....

8

പോകട്ടെ ഞാനിന്ന്-
എയർമെയ്ലി-
ലെൻ പണം

വേഗം വരും
നിന്നെ
മാറോടണയ്ക്കുവാൻ

ദു:ഖം

ഗോമഹേശ്വര!
ഭവാൻ തുള്ളിയും നുണയാതെ
പ്രേമപൂർവമായ്ത്തന്റെ
ഉണ്ണികൾക്കേകീടുന്ന
പാ-ലവർ കുടിക്കാതെ
നിൻ തലയ്ക്കൊഴിക്കുന്ന
മാലു കാണുവാനാവാ-
തല്ലയോ, മിഴി പൂട്ടി
നിൽക്കുന്നു ദിവാനിശം?
മക്കളെ
നന്നാക്കുവാ-
നൊക്കുകില്ലെന്നോ
നിന്റെ
ഉള്ളിലെ
ദു:ഖം ദേവാ...!

ഒരു 'ടെററിസ്റ്റു' ഗാഥ

കോടമഞ്ഞിൻ
കരിമ്പടമോടിരുൾ-
ക്കോട്ട
പൊട്ടിച്ചുഷസ്സു വന്നെത്തിടും....
ഉഗ്ര നീതിക-
ളൊക്കെത്തകർന്നടി-
ഞ്ഞുഷ്ണ രശ്മി
പരക്കുമെല്ലാടവും....

കരുണയും
ത്യാഗചിന്തകളും വളർ-
ന്നുലകിൽ സ്വാർത്ഥത
സർവമൊഴിഞ്ഞുപോം....
ശുദ്ധമീ വിചാരങ്ങൾ പൊടുന്നനെ
അസ്തമിക്കുവാനെന്തൊരു കാരണം!
എത്ര പെട്ടെന്നു
വെള്ളിടി പോലെ വ-
ന്നെത്തിടുന്നു
'ടെററിസം'
ചുറ്റിലും.....
കാളരാത്രികൾ
ബീഭത്സ ഭീകര-
ഘോരമായ

പകലുകളൊക്കെയും
രക്തരുഷിതമാം
കലാപങ്ങളിൽ
ചത്തുപൊങ്ങി-
ക്കുമിയും സഹജരും
പാത തൻ നടു-
ക്കാളുന്നൊരഗ്നിയിൽ
പാതി വെന്ത
നിലവിളി.....
വാഹന-
വ്യൂഹവും
ബോംബു വച്ചു തകർന്നൊരു
പാലവും
എരിയുന്ന
പുഴകളും....
പാഠശാലകൾ
ചന്തകൾ പാവമാം
കൂരകൾ
മണിമേടകളൊക്കെയും
വീർപ്പുമുട്ടുന്നി-
തുഗ്രമാം സ്ഫോടന-
ത്തീക്കടൽത്തിര-
യാടിത്തിമിർക്കവേ....!
തോക്കുചൂണ്ടി
വിമാനം തിരിക്കുമീ
രാക്കിളികളേ!....
നിങ്ങളോർക്കുന്നുവോ
സ്വന്തമണ്ണും
ശവപ്പറമ്പാക്കുമീ
അന്ധയാനത്തി-
നന്തമെങ്ങ്, എന്നത്?
ഇപ്രഞ്ചൈക
ശക്തിയെത്തേടി നാ-
മെത്തിടുന്നേതു
കർമകാണ്ഡത്തിലോ?
സൽ പ്രവൃത്തിക-
ളെത്രയ്ക്കപൂർവമാ-
ണത്ര കാൺമൂ
സമ്പൂർണ മനുഷ്യനെ....

അന്ധകാര-
ക്കയത്തിലുമേതോ
പൊൻതിരിവെട്ടമെന്ന പോൽ
കാണാം
ഭീകര വിനാശത്തിന്റെ-
യുള്ളിൽ
വീർപ്പുമുട്ടുന്ന
നന്മതൻ നാളം!....
തീ പിടിച്ചൊ-
രാത്മാവിൽ നിന്നെത്തും
തീവ്രവാദി തൻ
വാക്കുകൾ കേൾക്കൂ:
"തനിയെയല്ല ഞാൻ.....
ഇന്നെന്റെയുള്ളിൽ
തലയറഞ്ഞു
കേഴുന്നൊരു പൈതൽ....
അവനെ-
യൊക്കത്തെടുത്തു ദാരിദ്ര്യ-
ക്കനൽ വഴിയിലൂ-
ടേവൾ വരുന്നൂ?....
വൃദ്ധദമ്പതിമാർ
നിരാലംബരു-
ണ്ടൊപ്പമെന്റെ
പാഴ്ജന്മ ദാതാക്കൾ...
ഇല്ല കൊറ്റു-
മുടുതുണിയും തല-
ചായ്ക്കുവാനുള്ളിടവും
ദളിത-
രെന്റെ
കൂടെപ്പിറപ്പുകളോ... കൃമി
കീട ജന്മങ്ങളായ്
നരകിക്കേ,
ഇത്രനാൾ വച്ചുനീട്ടിക്കൊതിപ്പിച്ചൊ-
രത്ഭുതമായ-
വാഗ്ദത്ത ഭൂമി
എങ്ങുപോയ് മറയുന്നു....
കാനൽജല-
മെന്നപോൽ?
നിങ്ങൾ

നേതാക്കളെങ്ങുപോയ്?
ഇന്നു ഞങ്ങൾ
പൊരുതി മരിച്ചു-
മിങ്ങനെ വഴിതെറ്റിയലഞ്ഞും
ആളു തെറ്റി-
ക്കൊല ചെയ്വു
സ്വന്തം
ചോരയെത്തന്നെ...
നിങ്ങൾ ചിരിക്കെ!...
ഒന്നനുജന്റെ
കണ്ണുനീരൊപ്പാ-
നെന്റെ കൈയുകൾ
ബന്ധിതമത്രേ....
എന്റെ ജീവനെ-
ച്ചുറ്റിവരിയു-
ന്നന്തമറ്റ
നീരാളിക്കരങ്ങൾ....
ഒറ്റ മാത്ര....
യെന്നാലും സ്വതന്ത്ര-
ശുദ്ധവായു
ശ്വസിക്കുവാൻ മോഹം....
അച്ഛനമ്മൻ
പ്രിയൻ മകനായി-
ട്ടൊറ്റ നാൾ
കഴിഞ്ഞീടുവാൻ ദാഹം!!

വെയിൽനാളങ്ങൾ

ധിക്കാരി! നിന്നുടെ മാറിൽ
സിദ്ധാർഥൻ വീണുപിടയ്ക്കെ
അരികത്തൂടൊഴുകും നീയെൻ
ഹൃദയത്തിൻ തേങ്ങലു കേട്ടോ?
ഞാനീ നഗരത്തിൽ പാദം
പുതയും നിഴലായ് നിൽക്കുമ്പോൾ
നിൽക്കാനും കൂടി മറക്കും
നീയെങ്ങോ നീന്തി നടപ്പൂ....

ബസ്സും തീവണ്ടിയുമൊക്കെ
തല്ലിയുടയ്ക്കുന്നൂ, വേഗം
പോരാ–പിന്നേതോ പുത്തൻ
പ്ലെയിനിൽ നീ കയറിയിരിപ്പൂ
മുക്കാലും പിന്നിട്ടപ്പോൾ
കൈത്തോക്കിൻ തുമ്പാലേ നീ
ചുക്കാനിൽ തൊട്ടൂ–ലക്ഷ്യം
തെറ്റുന്നു നിനക്കായ് മാത്രം.

ലോകത്തെപ്പേടിച്ചെന്നെ
കുപ്പായക്കെട്ടിലൊളിക്കെ
ഉറയൂരിയെറിഞ്ഞോ പാമ്പിൻ
പത്തിയുമായോടുന്നൂ നീ....
ചുണ്ടത്തെപ്പൂവാൽ കണ്ണിൻ

കാവ്യമെനിക്കായ് നേദിപ്പോർ
ഹൃദയ ശ്രീകോവിലിൽ നിത്യം
ലാളിപ്പൂ നഗ്നൻ നിന്നെ...

ഞാനേതോ ബുക്കു കരണ്ടീ
പാഴ്മൂലയിലടിയുന്നേരം
കത്തിക്കാളുമ്പോൾ കരളിൻ
ക്ഷുത്തും വൻ ദാഹവുമവിടേ-
യ്ക്കെത്തുന്നൂ നീ പടകൂട്ടി-
ക്കൊത്തുന്നൂ നിൻ വിഷമേറ്റി-
ട്ടൊക്കെ ക്കരിവാളിക്കുന്നൂ...
നിൻ പ്രതിഷേധത്തിൻ കൂർത്ത
കരിങ്കല്ലിൻ ചില്ലുകൾ പുത്തൻ
വെയിലിൻ നറു വെള്ളിനുറുങ്ങായ്
വീഴുന്നൂ വന്നെൻ മുന്നിൽ.

കൊട്ടിയടച്ചൂ ഞാ, നെന്നാൽ
പൊട്ടിയൊരിവാതിലുകളിലു-
ടൊട്ടൊട്ടു കടപ്പൂ സൂചി-
മൊട്ടുകൾപോൽ വെയിൽനാളങ്ങൾ
മാലിന്യം കുത്തി നിറച്ച
പഴഞ്ചാക്കാണെന്നാൽ ഞാനെൻ
പുറമാകെ ത്തേച്ചു മിനുക്കി
പുതുപൗഡറുമിട്ടു നടപ്പൂ....
പുച്ഛിച്ചു നീയെൻ പിത്ത-
ലാട്ടങ്ങൾ മേൽകഴുകാതെ
മുടിവെട്ടിക്കാതെ നാറിയ
കളിവേഷത്തോടെ, വീടിൻ
പടികളിറങ്ങിപ്പോയ് നിന്നെ
തിരിയെ വിളിച്ചീടാൻ കൊതിയു-
ണ്ടെന്നാലും വന്നീടൊല്ലേ-
യെന്നത്രേ ചൊല്ലുന്നൂ ഞാൻ.

കൊതുകുകൾ

വാസ്തവമോർക്കിലി-
ന്നിന്ത്യ തൻ രക്ഷയ്ക്കു
വാസ്ഗോഡ ഗാമ-
യല്ലാതില്ലൊരുത്തനും....

തമ്മിലടിച്ചു
തലകീറുവോർക്കാദ്യ-
സമ്മാനവുമാ, യടുത്തു
പൊടുന്നനെ

ഭദ്രമായ്
പാഴ്സലിലാക്കിയീ രാജ്യത്തെ
അബ്ധി കടത്തിയങ്ങക്കരെ
എത്തിച്ചു

ചെഞ്ചോരയൂറ്റി
ത്തുറുങ്കിലടച്ചൊരു
വഞ്ചനയ്ക്കിന്നു നാം
നന്ദിയോതീടുക!....

കെട്ടുവിട്ടാലുടൻ
തമ്മിൽക്കടിക്കുന്ന
പട്ടിക്കു മറ്റെന്തു
ചേരുമീ ഭൂമിയിൽ?

2

ഒക്കെക്കെവരും വിദേശിക്കു
സ്വന്തമാ-
മൊറ്റമുണ്ടും
ദാനമേകുന്ന വമ്പത്തം,
നമ്മുടെ വങ്കത്തം,
ഒക്കെ ഗ്രഹിച്ചയാൾ
നമ്മെച്ചവിട്ടിപ്പുറത്തെറിയുമ്പോഴും
നാവികൻ
തൻ പടം
വച്ചു പൂജിച്ചു നാം
നാമം ജപിച്ചു ചുരുണ്ടു കിടക്കയോ?!

ഒന്നുയർത്താ-
നന്തഃശക്തിയായുള്ളേക
കർമചന്ദ്രൻ
കരഞ്ഞോടി മറഞ്ഞുപോയ്.

3

വേലിയിൽപ്പാമ്പിനെ
മൗലിയിലേറ്റുന്ന
പന്നഗഭൂഷണർ,
പൊന്നും പണങ്ങളു-
മന്യർ കക്കുന്നതു
കണ്ടുറങ്ങുമ്പൊഴും
തങ്ങളിൽ
പാരവയ്ക്കുന്നൊരധമർ,
ഈ നീചർക്കു
ജന്മഭൂവും
നഷ്ടമാകുമെന്നോർക്കുവാൻ
നമ്മെപ്പലർ പഠിപ്പിച്ചു- പഠിച്ചില്ല
നമ്മളിന്നോളം!.... പഠിപ്പു ഭോഷ്കല്ലയോ?
അല്ലെങ്കിലിന്നുമധോലോകനായകർ
നമ്മെബ്ഭരിക്കുന്ന
നേതാക്കളാകുമോ?

4

റാക്കറ്റു ഗ്രൂപ്പിലെ
ക്കുറ്റൻ കൊതുകു വ-
ന്നൂറ്റുന്നു രക്തം
-നഗര നരാന്തകൻ...

വേദം പറഞ്ഞു
കഴുത്തറുക്കുന്നവൻ
മൂളുന്നു
വിപ്ലവ
വായ്ത്താരിയിപ്പൊഴും!....
ഗ്രാമസഭകൾക്കു-
മധ്യക്ഷനാണിവൻ
ഗ്രാമമൊന്നായ്
മുടിച്ചുണ്ണുന്ന കശ്മലൻ.
മേലനങ്ങാതെ സുഖിച്ചുകഴിയുന്ന
കോലങ്ങൾ
വെട്ടിവിഴുങ്ങുന്നു നാടിനെ.....

ഇക്കൊടും
ഭീകരന്മാരിൽനിന്നും
നമ്മെ
രക്ഷിപ്പതേതു
വീരപ്പനോ...
ഗാമയോ

പാനൂർനട

നട
തുറന്ന് പുറത്തിറങ്ങി
നടയോടു നട...
തിരിഞ്ഞുനോക്കി... ആരുമില്ല.
നടന്നു...
പെട്ടെന്നൊരു ശങ്ക... ആളനക്കം.
ഇല്ല, ആരുമില്ല.
നടക്കാം.
വീണ്ടും നട
തുറക്കുംപോലെ...
ഞെട്ടിത്തിരിഞ്ഞുനോക്കുമ്പോൾ
കാലൊച്ച, തൊട്ടുപിന്നിൽ.
പിന്നൊരുത്തനെ സഹിക്കാൻ പറ്റുമോ?
നേരമില്ല....
ആഞ്ഞുകുത്തി.
പിടിയോളം കടത്തി...
അടിവരെ–
ശ്വാസം നിലയ്ക്കുംവരെ.....

2

നടപ്പുതന്നെ വീണ്ടും
കിതപ്പോ!

ശത്രുവിന്റെ കഥ കഴിഞ്ഞില്ലേ?
പിന്നെന്താണൊരു
പതർച്ച?
ഒന്നുമില്ല–
എങ്കിലും,
ഒരു വല്ലായ്മ....
ഒരു ഭയം...
ആത്മവിശ്വാസമില്ലായ്മ....
അയ്യോ
നട വീണ്ടും?
മൂന്നാമൻ!
ഇല്ല... നടക്കാം.
അല്ല–
ഞൊടിയിൽ തന്റെ കാലു വാരിക്കഴിഞ്ഞോ?
രണ്ടാമൻ ഉയിർത്തുവന്നോ?
തോന്നലാകും!....

3

ആരാണ് തേങ്ങുന്നത്?
അമ്മേ!
ഈ മകനോടു പൊറുക്കണേ...
ചത്തു ജീവിക്കുന്ന
ജഡമായിക്കഴിഞ്ഞ
ഇവന് മാപ്പ്!
പിടഞ്ഞു മരിക്കുന്ന
യൗവനത്തിലേക്ക്
ഇനിയും–
ഒരനുജനുവേണ്ടി
നട
തുറക്കരുതേ....
നിന്റെ
ഗർഭപാത്രത്തിന്റെ
തിരുനട!!....

നൃത്തം

നീരാളപ്പട്ടു ഞൊറിഞ്ഞുടുത്താദ്യം
നീല മയിൽപ്പേടപോലെ നീ വന്നു
പീലി വിരിച്ചു നീ നർത്തനമാടി
മൗലിയിൽ താരകപ്പൂവുകൾ ചൂടി.....

നിൻ സർപ്പസൗന്ദര്യം കണ്ടു ഭ്രമിച്ചു
ഞങ്ങളാരാധനാഭാവത്തിൽ നിന്നു
സാഗരകന്യകേ! ഞങ്ങളിരുന്നൂ
മാനസം നിന്നിലലിഞ്ഞവരായി!....

2

മാറി പൊടുന്നനെ
ഭാവരൂപങ്ങൾ....

ചീറിയിരമ്പി നീ നിൽക്കുന്നൂ മുന്നിൽ

ഉഗ്രഫണങ്ങൾ വിടർത്തും സമുദ്ര-
സർപ്പമേ! ഞെട്ടി വിറയ്ക്കുന്നൂ ഞങ്ങൾ.

(നീയെത്ര വേഗം
ഗ്രസിക്കുന്നു നിന്നിൽ
നീല നിലാവായുദിച്ച രോമാഞ്ചം)

3

നീലിച്ചൊരായിരം
നാവിനാൽ നക്കി
തീരങ്ങളെത്ര നീ നിത്യം വിഴുങ്ങി....

എത്രയോ ജീവിതം കണ്ണീരിലാഴ്ത്തി
മത്തടിച്ചാർക്കുന്നു നിൻ ജയ കീർത്തി!......
(മുക്തിതൻ ദേവത-
യ്ക്കെന്നും പിറന്നാൾ
മുത്തു നീ നൽകുന്നതിങ്ങനെയാണോ?)

4

മയൂരനർത്തന-
മെത്രവേഗത്തിൽ
മാറുന്നു പാമ്പിൻ
കലി തുള്ളലായി!.....

പഞ്ചാരക്കുന്നുകൾ
കാട്ടി വിളിക്കും
വഞ്ചന!
-ഉള്ളിലുണ്ടുപ്പുനീർ മാത്രം

രോഷം

ഒറ്റയ്ക്ക്
ഒരു മുഖം
നീയും ഞാനുമാകുമ്പോൾ
ദ്വിമുഖം.
പലതുണ്ടെങ്കിലോ–
ബഹുമുഖം
ഭാവം?
നിർവചിക്കാൻ വയ്യ.
അഹംഭാവം
എന്നു വിളിക്കാമോ?
അതോ–
അഭാവമോ?
ദൗഷ്ട്യത്തിന്റെ
ക്രൂര
ജന്തു ഭാവം!....

2

മുട്ടുകാലിലിഴയുന്നവന്റെ
മുമ്പിൽ
മുഷ്ടിചുരുട്ടുന്ന
മൂഢ ഭാവം....
മുകളിലിരിക്കുന്നവന്റെ

കാൽച്ചുവട്ടിൽ
മുട്ടുകുത്തുമ്പോൾ
അവന്റെ
കാലു നക്കുമ്പോൾ
കൂടെയുള്ള കുഞ്ഞാടുകൾ
ചുരുണ്ടു
കൂടുന്നു.
വീണ്ടും മേലാളന്റെ
നോട്ടം!....
അതിന്റെ ഉപനിഷത്ത്
നീ
വായിച്ചെടുക്കുന്നു;
*"മുട്ടു കുത്തെടാ വന്നെന്റെ
മുമ്പിൽ
പട്ടികളേ തൊഴിച്ചു ഞാൻ
കൊല്ലും."

3

അമ്പലന്റെ മുമ്പിൽ
ഞെളിയും
പ്രബലന്റെ മുന്നിൽ
ചുളിയും....
ശക്തിമാൻ
എന്നും നമുക്ക്
നേതാവ്.... ദൈവം!
അഴിമതി ദൈവം
സിന്ദാബാദ്....!
വ്യാജന്മാർ
മിടുക്കന്മാർ....
അവർ
കൂറുമാറുന്നു
ഗ്രൂപ്പുകൾ
എന്നും വാഴ്ക....!
നാടൊന്നോടെ
വിഴുങ്ങുന്ന
ഈ

---

* വയലാർ

വൃകോദരന്മാരെ
തീറ്റിപ്പോറ്റാൻ
ഒടുവിൽ–
പ്രസ്ഥാനം തന്നെ
തീറെഴുതേണ്ടി
വരുമോ?
ഭരണം–
അന്ന്–
തോക്കിൻ കുഴലിൽ......
മരണം
അതിന്റെ
രോഷത്തിനു
മുന്നിലും!
രണ്ടും
ഇന്ന്–
കുഴലിൽ.....
പണത്തിൽ.....
പട്ടണത്തിൽ.....

പെണ്ണ്

ചെമ്പരത്തിക്കാവിനുള്ളിൽ
നൊമ്പരത്തിപ്പൂവ്
നൊമ്പരത്തിപ്പൂവിലുണ്ടൊ-
രമ്പിളിക്കിനാവ്

ഏഴുനില മലയിൽനിന്ന്
എടുത്തുചാടും പെണ്ണ്
കടലിൽ മുങ്ങി ചാകുന്നൊരു
കാട്ടരുവിപ്പെണ്ണ്.....

രണ്ടു തിര കണ്ടു പൂവിൻ
ചുണ്ടൊരിത്തിരി ചോന്നാൽ
കഥകളിയിൽ കാകളിയിൽ
കരളൊരിത്തിരി ചാഞ്ഞാൽ
തോക്കു ചൂണ്ടി
കണ്ണുരുട്ടും
പ്രാന്തനാം കൊടുങ്കാറ്റ്- മുഴു
പ്രാന്തു മൂത്ത കാറ്റ്...

കൊക്കും ചെന്നായും

ആയിരവല്ലി-
ക്കാവുകളിൽ
ആരും കേറാക്കാടുകളിൽ
പമ്മിനടന്നു
പരതി നടന്നു
പണ്ടൊരു കൊതിയൻ
ചെന്നായ്....
പുഴയുടെ കരയിൽ
പൂത്ത നിലാവിൽ
ഒരാട്ടിൻകുട്ടിയണഞ്ഞു
തള്ള പറഞ്ഞത്
കേൾക്കാതൊളിവിൽ
തുള്ളിച്ചാടി നടന്നു
മഞ്ഞുകണക്ക്
വെളുത്തൊരു കുട്ടി
തുള്ളിത്തുള്ളി നടന്നു!.....

2

കുഞ്ഞാടിന്റെ
കിളുന്നുടൽ ദുഷ്ടൻ
ചെന്നായ്
നൊട്ടിനുണഞ്ഞു....

അവനുടെ
തൊണ്ടയിലെല്ലു
തടഞ്ഞു!....

വേദനകൊണ്ടു
പുളഞ്ഞു ചെന്നായ്
വേറൊരു ഗതിയില്ലല്ലോ.
പറന്നുവന്നൊരു
കൊക്കിനെ നോക്കി
കരഞ്ഞു നമ്മുടെ ചെന്നായ്.....

3

എല്ലിൻ കഷണ-
മെടുത്തുകൊടുത്തു
ഉള്ളമലിഞ്ഞൊരു കൊറ്റി.....
"പകരം നൽകുവതെന്ത്?"
എന്നോതി
പകച്ചുനിന്നു കൊറ്റി.....

4

കോപമടക്കി
യുരച്ചു ചെന്നായ്
"ശോക മൊഴിഞ്ഞില്ലല്ലോ
ഡിന്നറൊരുക്കി
നേതാക്കൾക്കെൻ
നന്ദനനിന്നലെ
-വറ മീനിൻ
മുള്ളുതറഞ്ഞു
മോനുടെ തൊണ്ടയിൽ
നല്ലവനായ സഖാവേ!
നീ അതുകൂടി
എടുത്തുകൊടുക്കൂ....
-നീ ചോദിപ്പതു
നൽകാം ഞാൻ....."

5

കൊതിയൂറുന്നൊരു
നോട്ടം കണ്ടു

കൊക്ക് നടുങ്ങിപ്പോയി
കളവിൻ നാവിൻ
നീളം കണ്ടു
പറവ പറന്നു പറഞ്ഞു.....
"കണ്ടക! നിൻ ചതി
കൊക്കിന് കരളിന്
കണ്ടകം.....
അതു നീ വച്ചോളൂ....
വഞ്ചന തൻ
വിഷമുള്ളുകൾ നിങ്ങടെ
നെഞ്ചിൽത്തന്നെയിറങ്ങാവൂ.
പാമോലിന്നിൽ
വറുത്തൊരു മീനിൽ
പാവം കിളിനെയ്
ചേർക്കണ്ട....
മോനു കിരീട-
മൊരുക്കാൻ്ീ വെൺ
തൂവലുകണ്ടു
കൊതിക്കണ്ട....."

മേനകമാരേ!.....

ചന്ദ്രികച്ചാറിൽ
കുഴഞ്ഞാടിനിന്നു നീ
മന്ദിരസീമയി-
ലേകാന്ത രാത്രിയിൽ
സൗന്ദര്യപൂജയ്ക്കു
മാത്രമായ് ജീവിതം
സങ്കൽപ്പമാല്യമാക്കിത്തീർത്തു
നിന്ന ഞാൻ,
അർപ്പിച്ചു നിൻ ഗളനാളത്തിലാ രമ്യ-
പുഷ്പഹാരം ഹാ! വിറയ്ക്കും കരങ്ങളാൽ
ഓർത്തില്ല ഗർവിൻ
ഫണങ്ങളിലാണെന്റെ
സ്വപ്നപ്രപഞ്ചം
പതിച്ചതെന്നന്നു ഞാൻ
വാഴ്ത്തി ഞാനാവേശ-
പൂർവമാത്മാവിന്റെ
വാതിലെല്ലാം നിന-
ക്കായിത്തുറക്കവേ,
നിർദയം നീയെൻ കുരുന്നു ജീവന്റെമേൽ
പത്തിവിടർത്തി
പ്പറന്നടുത്തീടവേ,
കൽപ്പകപ്പൂക്കളെയെത്തിപ്പിടിക്കുമെൻ
കൽപ്പന ദംശനമേറ്റു മൂർച്ഛിച്ചുവോ?

(എന്നിനി ഞാൻ വിഷ
മദ്യം കഴിച്ചുള്ളൊ-
രിന്നവോന്മാദത്തിൽ
നിന്നുമുണർന്നിടും!)

* * *

മോഹഭംഗത്തിൻ
കയങ്ങളിൽ തപ്പുന്നു
സ്നേഹമേ! നിന്നെയി-
ന്നാദ്യമായിട്ടു ഞാൻ
ഇന്നോളമേതും
നിനച്ചതില്ലെങ്കിലു-
മിന്നിതാ സർവം
ത്യജിച്ചു ഞാൻ
നിന്നെയും
ധ്യാനിച്ചിരിപ്പൂ!....
തപസ്സിളക്കീടുവാൻ
മേനകമാരേ! വരാതിരുന്നീടണേ....

ആദിസങ്കീർത്തനം

അരണി കടഞ്ഞു ഞാനഗ്നിയുണ്ടാക്കുന്നു
അഗ്നിഗർഭത്തിൽ നിന്നായിരം നാവുള്ളൊ-
രാദിവചനമുണ്ടാകുന്നു.

വാളിന്റെ വായ്ത്തലപോലുള്ള നാവുക-
ളോരോന്നുമോരോ യുഗപരിവർത്തന-
ശക്തിയായ് വെട്ടിത്തിളങ്ങി ഉയർന്നുയർ-
ന്നാദിത്യദീപ്തിയോടക്കരെയിക്കരെ
ആനന്ദവീചികളുച്ചത്തിലുച്ചത്തി-
ലൂതിയുയർത്തിവിട്ടാകെപ്പരന്നു വ-
ന്നിക്കണ്ട ഭൂമണ്ഡലങ്ങളുമാകാശ-
ദിക്കുകളൊക്കെയും മൂടി പ്രഭപടർ-
ന്നൊക്കെത്തിളക്കിപ്പവിത്രമായുള്ളൊരു
ശക്തിസ്വരൂപമായോങ്കാരമായ് വളർ-
ന്നണ്ഡകടാഹങ്ങൾ കോടാനുകോടി
യുഗങ്ങളിലൂടെ വ-
ന്നാലില മെത്തയിൽ കാൽവിരലുണ്ടുണർ-
ന്നാദ്യത്തെ വിശ്വരൂപം തുറന്നാക്കുഞ്ഞി-
വായിൽ നിന്നാമ്നായ ലോകങ്ങളോരോന്നു-
മോരോ ചെറുമൺതരിയായ് പിറന്നുവോ?

ഓരോ തരിയിലുമേറെ പ്രപഞ്ചങ്ങ-
ളോമൽക്കരചരണങ്ങൾ കുടഞ്ഞുണർ-

ന്നാദ്വിവ്യവക്ഷസ്സിലൊട്ടിക്കിടന്നനാ-
ദ്യന്തമഹസ്സിൻ മഹസ്സായ് വളരുന്ന
കർമകാണ്ഡങ്ങളിൽ
യോഗവിത്തായ് വിള-
ഞ്ഞാദിമണ്ണിൽ പുത-
ഞ്ഞാദി വിണ്ണിൽ കുതിർ-
ന്നാദിശേഷന്റെ തിരുമാറിൽ നിന്നുണർ-
ന്നായിരം നാവിന്നുണർവായ് തെളിഞ്ഞുയർ-
ന്നാദിപ്രണവമന്ത്രാക്ഷരമായ് വളർ-
ന്നാവളർച്ചയ്ക്കു ഞാനാണായ് തുണച്ചുവെ-
ന്നാരോ പറഞ്ഞ പഴംകഥയില്ലാതെ
ആദിയുമന്തവുമില്ലാതെ ഞാനെന്റെ
ആദിമമൗന വല്മീകസങ്കീർത്തന-
മാലപിച്ചാലപിച്ചാദിമനുഷ്യന്റെ
ആത്മാനുഭൂതി വിരിഞ്ഞ കണ്ണീരിന്റെ
ആഴിപ്പരപ്പിലൂടാഴക്കയങ്ങളി-
ലാണ്ടു മെല്ലെത്താണിറങ്ങിനുയർന്നു വ-
ന്നാദിവ്യദു:ഖങ്ങളാവിഷ്കരിച്ചുവോ?

അനുബന്ധം

ചപല തര സംസാര വീചീനിവഹത്തിൽ
ചന്ദ്രാനലാർക്ക മന:ശോഭകൾ പൂത്തു
പിന്നെ ഞൊടിയിടകൊണ്ടു ഫലിച്ചവ
പിന്നീടൃതു* രാജപുണ്യങ്ങളാകവേ,
തേൻകൂടുകൾ ചുമന്നമ്മ തൻ ഗർഭത്തി-
ലാൺവദനയായ് തപസ്സനുഷ്ഠിച്ചു ഞാൻ,
സംസാരസാഗരവീചികൾക്കും മോളി-
ലാളുന്നൊരുച്ചണ്ഡമാർത്താണ്ഡനായ ഞാൻ.

* പിന്നീട് ഋതുരാജ

വിളഭൂമികളെത്ര പിന്നെയും....

സ്വപ്ന ഗംഗയിൽ
തുടു താമരമൊട്ടായ് നിൽക്കൂ.
മപ്സര ലാവണ്യമാ-
യമ്പിളി വളരുമ്പോ-
ളെന്റെ സങ്കൽപ്പങ്ങളിൽ
തേൻമദം പൊഴിയുന്നൊ-
രിന്ദുവിൻ പ്രിയമുഖ-
മൊന്നു ഞാൻ മുകരുമ്പോൾ
തനിയേ നിലാവിൻ പൊ-
ന്നാടയൂർന്നുവോ? എന്റെ
തനുവിൽ പടർന്നേറി-
പ്പൂത്തുവോ തിങ്കൾക്കൊടി?

2

ശാസ്ത്രമേഘങ്ങൾ ഗർജി-
ച്ചുയർന്നീടുന്നൂ ചീറും
റോക്കറ്റിൻ ചെന്തീപ്പൊരി
ചുറ്റിലും ചൊരിഞ്ഞവ
അളന്നു രണ്ടേരണ്ടു
ചുവ! ടീ പ്രപഞ്ചത്തിൽ
വിളഭൂമികളെത്ര
പിന്നെയും കിടക്കുന്നു....

3

ഞൊടിയിൽ
പ്രപഞ്ചത്തി-
ന്നാത്മാവിൽ മുങ്ങിത്തേനും
മണവും വലിച്ചൂറ്റി-
ച്ചുറ്റി ഞാൻ ഗോളങ്ങളിൽ....
അമ്പിളിത്തോണി
തുഴഞ്ഞെത്തി ഞാ-
നെൻ ജീവന്റെ കുമ്പിളിൽ
തീ നക്ഷത്ര മുത്തുകൾ
നിറയ്ക്കുമ്പോൾ
പൂ വിരിയുമ്പോൾ പ്രാണ-
നാളങ്ങൾ തോറും വിശ്വ-
മാനവഗന്ധം സ്നേഹ-
മാധുരി പകരുമ്പോൾ
വിടരും കണ്ണിൽ തിര
തല്ലിടും പ്രേമത്തിന്റെ
കടലിൽ മിഴി നട്ടു
ജീവിതം കുളിരുമ്പോൾ
എന്റെ ഗാനത്തിൽ ബ്ഭാവി-
യൊരു സുന്ദര സ്വപ്ന-
ത്തിന്റെ പൂവിതളുക-
ളായ് മുന്നിൽ നിവരുന്നു....

4

'നാളെ'യെ ച്ചുടുകാടായ്
മാറ്റുവാൻ വിനാശത്തിൻ
നാളങ്ങൾ ശാസ്ത്രത്തിന്റെ
നാവുകളായ് നീളുമ്പോൾ
കരളിൽക്കടന്നെത്തി
വിശ്വമോഹിനിയാമെൻ
കവിതേ! വർഷിക്കുക
പ്രേമപീയൂഷം ദേവി!......

പാണനാർ*

പ്രപഞ്ചാത്മാവിനെത്തുടികൊട്ടിപ്പാടി
ഉണർത്താൻ വന്നൊരു പഴംപാണനാരെ!

പിറന്ന നാടിൻ നാവനങ്ങി നീ നിന്റെ
മികവെഴുമോടക്കുഴലിൽ പാടുമ്പോൾ
ഉലകൊരു മൊട്ടായ്, സ്ഥലകാലം മറ–
ന്നതു കേട്ടു നിൽക്കുമുദയവുമെത്തി

ഒരു പിഞ്ചായ് വന്നു പ്രപഞ്ച സീമക–
ളതിലംഘിച്ചു നീ വളർന്നു!.... നിൻ ചിറ–
കളക്കുകയായിയപാരതകളും
കടലിന്നാഴവും, കറുകപ്പുൽക്കുമ്പിൻ
മിഴിനീർത്തുള്ളിതന്നഗാധതകളും
പനിനീർപ്പൂവിന്റെ തുടുപ്പും വേലതൻ
വിയർപ്പും സ്നേഹത്താൽ തിളങ്ങും കണ്ണീരും

ഒരു നീർത്തുള്ളി തന്നിളം ചുണ്ടു പിളു–
ത്തുലകങ്ങളെല്ലാമതിന്നുള്ളിൽ കാൺകെ,
ഒരു നിമിഷത്തിൻ ചെറു കണികയി–
ലനന്തകാല വിസ്മയം തുളുമ്പിപ്പോയ്!

---

* ജിയുടെ ഒരു കവിതയുടെ പേര്

അകം പുറം വ്യാപിച്ചിടുമപാരത-
യഖിലവും ഗോള സഹസ്രജാലവു-
മൊതുക്കി നിർത്തി നീ, ചെറു കൈക്കുമ്പിളി-
ലടക്കിയബ്ധിയാചമിക്കും യോഗിയായ്

പ്രപഞ്ചാത്മാവിനെത്തുടികൊട്ടിപ്പാടി
ഉണർത്താൻ വന്ന നിൻ സ്വരലയങ്ങളിൽ
ഉറങ്ങുന്നു-അല്ലല്ലുണരുന്നു നീ, ഈ
പ്രപഞ്ചത്തിന്നോരോ മൃദുസ്പന്ദനത്തിലും.

വേറെ

മുജ്ജന്മ സുകൃതങ്ങൾ
പാപങ്ങ-
ളൊക്കെ യൊരു
പൊത്തിന്റെ മടിയിൽ വ-
ച്ചജ്ഞാത വാസത്തി-
നെത്തുന്നൊ രിന്ത്യയുടെ
നിർഭാഗ്യ മൊന്നിച്ച
മക്കൾ!.....
തിമിർക്കുന്നു
രാക്കഴുക സഞ്ചയം.
തരു കോടരത്തിൽ നി-
ന്നതു വീണ്ടെടുത്തവർ
തിരിയെ വനഭൂവിൽ വന്നെത്തി....
വനവാസ-
മജ്ഞാത വാസങ്ങൾ വിട്ടവർ
വസതികൾ തേടി ത്തിരിച്ചു.........
വാഗ്വാദ ഘോഷങ്ങൾ
വനരോദനങ്ങളായ്...
വാക്കിന്റെ സംഗരം നിർത്തി
നേരിട്ടെടുത്തു ചാട്ടീടുന്നു
ശക്തി....
ജന-
നേരിന്റെ യുദ്ധം ജയിക്കാൻ....

പൊരുളേതു മറിയാതെ
ഉഴലുന്ന നേരത്തു
യുഗ സത്യമുണ്ടു
വഴി കാട്ടാൻ...
വാഗ്ദത്ത ധരണിക്കു
നേർ വഴികൾ കാട്ടാൻ...

2

ഉയിരിൽ പ്രതിഷ്ഠയായ്
ഉയരുന്നു തീ പാറി
ഹര ശൈല ഗംഭീര ഭാവം.
പുതിയ രഥ വേഗങ്ങൾ
ശരകൂട ലോകങ്ങ, ളതു
ദളിത സിരകളി-
ലുണർത്തി,
തരൂ നികര നിഷ്കാമ
കർമ കാണ്ഡത്തിന്റെ
തലമുറകളായ്
അവർ വരുമ്പോൾ....
ദുരിതക്കയങ്ങൾ
തന്നഗ്നി ഗർഭത്തിൽ നി-
ന്നൊരു സർഗശക്തി
പിറന്നു.
ജനശക്തി
വീണ്ടു മുണർന്നു.....
ശക്തി
പ്രവാഹത്തി-
ലെതിരിട്ടു വന്നൊരു
പത്തികൾ
വിഷം തുപ്പി വീണു.
ചതികളുടെ
പൊടിപടല
രഥ യാത്രികർ
നൂറു ശകുനികൾ
പിന്തിരിഞ്ഞോടി....
അവരപഹരിച്ചൊരു
നാടുകൾ വീണ്ടെടു-
ത്തവിടെ ജയഭേരികൾ

മുഴക്കി
ഗുജറാത്ത്
ബീഹാറു-
മാസ്രദ്ധകളിലൂടവർ വരുന്നു....

3

സമരം ജയിച്ചവർ
ഭരണം തുടങ്ങുമ്പോൾ
അളിയന്മാർ
മേലാളരെത്തും....
തെരുവിന്റെ തേങ്ങലുക-
ളറിയുന്നവർക്കെന്തു
മേലാള സംഗമം
വേറെ?
അതു
മറ- ന്നരമനയി-
ലാടി ത്തിമിർപ്പോർക്കു
ജനശിക്ഷയുണ്ട്
- അതു
വേറെ....!!

അമാവാസി

മാറത്തടിച്ചു
കരയുന്നതെന്തിനു
മാരപ്പനിക്കടലേ....
അലമുറയിട്ടു
കിടന്നുരുളുന്നതെ-
ന്തഴലിൻ കരിങ്കടലേ...
താരകപ്പൂ നുള്ളാൻ
പോകുന്ന നിൻ പ്രിയൻ
താമസിച്ചേ വരാറുള്ളോ?
വിണ്ണിലെക്കൊട്ടാര
വാതിൽ തുറന്നവൻ
വെണ്ണിലാവാടയും ചാർത്തി
പുഞ്ചിരിച്ചെത്തി-
പ്പുണരുമ്പോൾ നിന്നുടെ
നെഞ്ചിൽ നിലാവു വിരിയും
നിന്റെ വാർമുടിച്ചാർത്തിൻ
ചുരുൾത്തിരമാലയിൽ
നക്ഷത്രപ്പൂങ്കുല ചൂടും
അവൻ നിന്നെപ്പുളകത്തിൽ മൂടും
പാതിരാത്തിങ്കളിൻ
മാറിൽത്തല ചായ്ച്ചു
നീ മുങ്ങുമേതോ കിനാവിൽ

തെല്ലുനാളായവൻ
താമസിച്ചേ വരൂ
ഇന്നു വരികയേയില്ല....
ഇന്നമാവാസി നിനക്കു,
സ്വർലോകത്തു
പൗർണമി തൻ പ്രഭാപൂരം
സ്വർഗത്തെക്കിന്നര-
കന്യമാർ സൃഷ്ടിക്കും
സ്വപ്നസമുദ്രത്തിൽ മുങ്ങും
നിന്നെ മറക്കും
സ്വയം മറക്കുമവൻ
കിന്നര രാജകുമാരൻ.
അവൻ കിന്നര രാജകുമാരൻ
മണ്ണിൽ പിടഞ്ഞുവീ-
ണോമനേ കേഴുക,
കണ്ണീർക്കടലിൽ മുഴുകും
സർവം, നിന്റെ
കണ്ണീർക്കടലിൽ മുഴുകും!

കുടിയിരിപ്പ്

എന്റെ
പൂക്കാലങ്ങൾ
ഹേമന്ത സന്ധ്യകൾ
എന്നും
പടിക്കൽ
തപസ്സിരിക്കും...
മുന്നിലനാഥരായ്
മൂകമിരിക്കുന്ന
പൊന്നിൻ കുടങ്ങളെ-
യൊന്നെടുക്കാൻ
ഓമനിച്ചുമ്മ വ-
ച്ചോടിക്കളിപ്പിച്ചു
താലോലമാട്ടുവാൻ
ഞാൻ മറക്കും.
ഏതോ
നിദാഘവുമായ്
വഴക്കിട്ടു ഞാ-
നന്തഃപുരത്തി-
ലിരിക്കുമപ്പോൾ.
ഉള്ളം നിറയുന്ന
വേനൽച്ചുടുകാറ്റിൽ
പൊള്ളും
മുരളി-
യൊഴിഞ്ഞു മാറി

പനിനീർക്കുടങ്ങളും
പരിഭവിച്ചകലുന്നു
പനി
പിടിച്ചു ഞാ-
നടച്ചിരിക്കെ...
ഏതോ നിധി
തിരഞ്ഞുള്ളിൽ
തപിക്കുന്നോ-
നേതു പുറം കാഴ്ച?
എന്തു ഗീതം?
കാലാതിവർത്തിയാം
കാര്യങ്ങൾ വന്നെന്നെ
കാരാലയത്തിൽ
പിടിച്ചിരുത്തി...
ഉച്ചണ്ഡമാകുന്ന
കാറ്റുകൾ കാവലി-
ന്നുച്ചയ്ക്കും മാറാതെ
നിലയ്ക്കയത്രേ....

കുയിൽനാദവും
പൂവിൻ പുഞ്ചിരി തന്നിളം
കതിരുമിടയ്ക്കു
വന്നെത്തി നോക്കും....
അതു
കാണുമെങ്കിലും
കാണില്ല ഞാ-
നവരകമേ
നുഴഞ്ഞു
കടന്നിരിക്കും....
കുടിയിറക്കീടാനു-
മാവതില്ലെൻ കരൾ
കുടിയിരിപ്പി-
ന്നവർക്കുള്ളതത്രേ...

അതു
കണ്ടു
പുഞ്ചിരിച്ചീടും
കനവുക-
ളവശത-
യേറ്റുന്ന
തെന്നിലത്രേ.....

എന്റെ ഗൃഹപാഠങ്ങൾ

എനിക്കു വേണമി-
ന്നുയിരിൽ നക്ഷത്ര-
ത്തിരിയെരിയുന്ന
ചെറിയൊരു വീട്

പുലർമഞ്ഞിൽ മുങ്ങി
നിവർന്നുടനർക്ക-
പ്രഭയിൽ ചന്ദന
മുഴുക്കാപ്പും സ്വർണ-
മകുടവും വജ്ര-
തിലകവും ചാർത്തി
ചമഞ്ഞു നിൽക്കുന്ന
ചെറിയൊരു വീട്

എനിക്കു വേണമെ-
ന്നുയിരിൽ ശാന്തി വ-
ന്നുദിച്ചു നിന്നു പു-
ഞ്ചിരിക്കുമ്പോൾ കുഞ്ഞു-
വയൽക്കുരുവിക-
ളതിന്റെ പൂമുറ്റം
കളിത്തട്ടായ് മാറ്റി
ഉണർത്തുന്ന വീട്

ഇണക്കിളികൾ വ-
ന്നിരുന്നു മുറ്റത്തെ-

പ്പഴയ കാഞ്ഞിര-
ത്തളിരിലും മധു-
വുറന്നുപോം മട്ടി-
ലലിവെഴും ഗാന-
മുതിർക്കുമ്പോൾ ദു:ഖം
സുഖമാകും വീട്

അയൽവക്കത്തും പി-
ന്നിവിടെയുമുള്ളോ-
രരുമകൾ കുത്തി-
മറിയുന്ന സ്വർഗം
ചെറിയൊരു
കണ്ണൻ ചിരട്ടയിൽ
കളി-
ച്ചൊളിച്ചു വച്ചൊക്കെ
നിറയ്ക്കുമ്പോളവർ-
ക്കടയും
പായസം
പരിപ്പു
മന്നവു-
മകം നിറഞ്ഞമ്മ
വിളമ്പുന്ന വീട്

പരമ കാരുണികനാം
ജഗൽപ്പിതാ-
വരുളിയ ദിവ്യ
കളഭ കുങ്കുമം
പതിവായ് നെറ്റിയി-
ലണിയിക്കും
ഞങ്ങൾ
പണിക്കു പോകുവാ-
നിറങ്ങുമ്പോൾ
പ്രിയ-
മുടലെടുത്തപോൽ
ചിരിക്കും
പല്ലുകൾ
വിട പറഞ്ഞെന്നോ
പിരിഞ്ഞ രണ്ടുപേർ!

മടങ്ങിയെത്തുന്ന
നിമിഷ-

മുക്തകണ്ഠാഭരിതം
കാത്തവ-
രിരിക്കും
പൂമുഖപ്പടിയിൽ
സായാഹ്ന-
മടുത്താൽ
യാത്രയും-
പറഞ്ഞെങ്ങോ
പോവാ-
നുഴറും പോൽ
തെളി-
നിലവിളക്കുപോൽ
പ്രകാശ
പൂർണിമാ യുഗളമായ്
എന്റെ
സുകൃതമീ വീട്

അഭയമാണമ്മ
അനുഗ്രഹം
വൃദ്ധ പിതാക്കൾ
കുഞ്ഞുങ്ങൾ
കിളികൾ
പൂക്കളും

പവിത്ര
സംഗമ നിലയ, മെന്നുടെ
പരമ
സൗഭാഗ്യം പുലരുന്ന വീട്

വിഭാത താരകം
മലർക്കണി വയ്ക്കു-
മഭയ സങ്കേത
വിശുദ്ധിയാം വീട്

എനിക്കു
വേണമെ-
ന്നുയിരിൽ ഗാനങ്ങ-
ളുതിർത്തു
ശാന്തി
കൂടൊരുക്കുന്ന
വീട്

മുത്തച്ഛൻ എങ്ങുപോയ്.....?

പേടിപ്പെടുത്തുന്ന
പാത്രങ്ങളെൻ കഥാവേദിയിൽ
വന്നു നിരക്കുന്നു പിന്നെയും.....!
　　തീയുണ്ട തുപ്പുന്ന വ്യാളികൾ
　　ഭൂമിയെ ചോരക്കളമാക്കി-
　　യാടും നിശാചരർ,
ജീവന്റെ താളവും
നക്കിത്തുടയ്ക്കുന്നൊ-
രാറ്റം യുഗത്തിന്റെ
വേതാളകേളികൾ.....
　　കാടും തൊടികളും
　　നക്ഷത്രയുദ്ധത്തി-
　　നായിട്ടൊരുങ്ങും
　　റിഹേഴ്സൽക്കളങ്ങളും
കൈയും തലയു-
മരിഞ്ഞരിഞ്ഞാത്മാവു
കത്തിപ്പടരും
ദശാസ്യവ്യൂഹങ്ങളും.....
　　കാനനച്ഛായാതടങ്ങളെ
　　ഒന്നോടെ വായിലാക്കീടുന്ന
　　വേനൽ വിരാധരും.....
പെറ്റ നാടിൻ മാറുകീറുവാൻ
ബോധമറ്റൊറ്റുകാരായ്ത്തീർന്ന

കൂലിപ്പടകളും
ഗോഡ്സെയും യൂദാസു-
മൊത്തു കുരിശിന്റെ
ബാഡ്ജും ഖദറുടുപ്പിൽ
കുത്തിയെത്തവേ,
        കംസനും ഹേരോദിയാവും കിടാങ്ങളെ
        ഹംസഗാനം പാടി ഒന്നായുറക്കവേ,
വാരിയെടുത്തുമ്മ
വച്ചു വീണ്ടും വിഷ-
വാത്സല്യമൂട്ടുന്ന
പൂതനാവേഷവും
        കാലിച്ചെറുക്കന്നു
        മുന്നിൽ തലപോയ
        കാളിയനാടും
        കബന്ധ നൃത്തങ്ങളും
തെറ്റും ശരിയും
വിളച്ചോതിടും യുഗ-
ശക്തി സംഗീതം മറന്ന കാളിന്ദിയും
        മക്കൾ നൂറും ചത്തു
        ചിത്തമെരിച്ച
        ചാവെത്താത്ത
        ദു:ഖമായ്
        നീറുന്നൊരമ്മയും
വേടന്റെ കൂരമ്പു കാലിൽ തറച്ചുള്ള
ഗീതോപദേശവും.....
ക്രൗഞ്ചവിലാപവും.....
        മാനവസ്നേഹം
        മരിച്ചു മരവിച്ച
        മാനിഷാദയ്ക്കുള്ളൊ-
        രൂർധ്വംവലികളും
ദുസ്സഹം കണ്ടു വിറച്ചുനിൽക്കുന്നിതാ
നിസ്സഹായം മർത്ത്യജീവിതമിപ്പൊഴും

2

തമ്മിലിണങ്ങാ
സഹോദരപ്പോരിന്റെ
ചെന്നിണമമ്മതൻ
മാറിൽ തെറിക്കവേ,

തങ്ങളിൽ തച്ചുകൊന്നുഗ്രവീര്യം കാട്ടി
എങ്ങും കിളിർക്കുന്നൊ-
രേരകപ്പുല്ലിന്റെ
കാടായി മാറുന്നു
നാടും നഗരവും
കാടത്തമെങ്ങും കൊടികുത്തിവാഴുന്നു.

3

ശത്രുക്കളൊക്കെയും
നേതൃത്വമാളുന്ന
ദുഷ്ടരും മക്കളുമായ് പിറന്നെത്തുന്നു!.....
കണ്ടകന്മാർ പംക്തി-
കണ്ഠനും പുത്രരു-
മുണ്ടുമുടിക്കുന്നു
ജീവധനാദികൾ....

4

നാറുമഴിമതികൊണ്ടു
ഹിമാലയം
താനും കിടാങ്ങളും
തീർത്തതു കാണുവാൻ
കണ്ണുകളില്ലാത്ത
പാവം ധൃതരാഷ്ട്ര-
നൊന്നേ പ്രിയങ്കരം
തന്റെ സിംഹാസനം...
(ആസനത്തിന്മേൽ മുളയ്ക്കാനറയ്ക്കുന്നൊ-
രാലിനുമുണ്ടഭിമാനമെൻ തോഴരേ!.....)

5

വെട്ടം മറയ്ക്കുന്നു
രാഹുകേതുക്കളി-
ക്കോട്ടയ്ക്കു കാവലാളും
കരിംപൂച്ചകൾ....
കട്ടിയിരുട്ടിന്നധോലോക
വാഴ്ചയിൽപ്പെട്ടു പിടയുന്നു
പെറ്റമ്മ ഭാരതം....

കാലുറപ്പിച്ചൊന്നു നിൽക്കാനിടമെങ്ങു
കാട്ടിത്തരാനന്യ രക്ഷകനാരൊരാൾ?

6

ആത്മബലികൊണ്ടു
നമ്മളെ മാനുഷരാക്കുവാ-
നിന്ത്യതൻ മുത്തച്ഛനെങ്ങുപോയ്?
ഉള്ളിൽ തിരയുക.....
വാമനബ്ഭ്രാന്തിന്റെ
കള്ളം
തുറുങ്കിൻ
കുടത്തിലടയ്ക്കുക.....!

താളപ്പിഴകൾ

ഉഗ്രം സുനാമിക-
ളുയർന്നു പതിനെട്ടടി-
പ്പൊക്കത്തിലൊക്കെ
വിഴുങ്ങുന്നു പിന്നെയും.

രൗദ്രത്തിരകളിൽ
മുങ്ങി മരിക്കുന്നു
മണ്ണും മരങ്ങളും
പാവം മനുഷ്യരും....
നായും നരികളും
പോത്തും പശുക്കളും
മായുന്നു
രാക്ഷസത്തീത്തിരമാലയിൽ....

ചക്കപ്പഴത്തിൻ മണവും
കവുങ്ങിന്റെ പൂത്താലിമാലയും
പൊള്ളും തിരക്കൈകൾ...
മുക്കിത്തിമിർക്കുന്നു-
കാലന്റെ വീട്ടിലേയ്ക്കെത്താൻ
കുതിക്കുന്ന കൊമ്പൻ
തിരക്കൈകൾ...

2

എള്ളിന്റെ പൂക്കൾ
കടുകു പാടങ്ങൾ തൻ മഞ്ഞയും
നെല്ലിന്റെ പച്ചയും ചോപ്പുമായ്
കാറ്റിൽ നുരയിട്ടു
തുള്ളും വയലുകൾ
നീറ്റിലുലഞ്ഞു മദിച്ചു
നിൽക്കുമ്പൊഴും

കാടുകളെരിച്ചു
കളിവീണകളെരിച്ചു കള-
വേണുവുയിർ തോറ്റും
മുളങ്കൂട്ടമൊക്കെയും

ഒന്നായെരിച്ചു
പണപ്പിശാചിന്നിഷ്ട
സമ്മാനമാക്കുന്നു മക്കളീ ഭൂമിയെ!

പ്രകൃതിയുടെ താളങ്ങൾ
തകിടം മറിക്കുന്ന
വികൃതികൾ നിരന്തരം
ചെയ്തങ്ങു കൂട്ടിയും

ധരണിയുടെ ധമനികളി-
ലൊഴുകുന്ന ചുടുനിണം
നിരവധി കുഴൽക്കിണറു-
കളിലൂടെ യൂറ്റിയും

അന്തരീക്ഷം പിളർ-
ന്നാകാശ വീഥികളി-
ലായിരം മേടക-
ളടുക്കിക്കയറ്റിയും
ഭൂമിക്കു പച്ച-
ത്തണൽക്കുടയൊരുക്കുന്ന
ദുരൂഹ ജാലങ്ങൾ
വേരോടെ മാന്തിയും

ആറ്റം പിളർക്കുന്നൊ-
രായുധ ശാലകൾ-

ക്കൂറ്റം വളർക്കുവാൻ
കീറുന്നിതമ്മയെ...

നാറ്റം പലതു സഹിച്ചും
തനയർക്കു വാട്ടം വരാതെ
കാത്തീടുന്നൊരുഴിയെ
വെട്ടിപ്പിളർന്നു
വിറകാക്കി വിൽക്കുന്നു
മക്കൾ!.... പൊറാഞ്ഞു
കോപിച്ചോ പ്രകൃതിയും....

3

അകിടുവറ്റിച്ചോര-
പൊടിയുവോളം കറ-
ന്നമ്മയെ പിന്നീടു
പങ്കിട്ടു തിന്നുന്ന
മക്കളെ സർവംസഹ
വിഴുങ്ങുന്നുവോ?

ഉരുൾപൊട്ടലിൽ നൂറു
വറുതികളിലൂടവൾ
പല തവണ താക്കീതു
നൽകിയതൊക്കെയും
കളിവട്ടമായ് നിന-
ച്ചവഗണിച്ചാർത്തിയാൽ
കീറുന്നു പൊന്മുട്ട
പേറുന്ന ധാത്രിയെ...
തീരം തകർത്തു
തിരതല്ലിക്കടന്നാഴി
വാരി വിഴുങ്ങുന്നു
ജീവിതപ്പലവഴികൾ

താണ്ഡവ മഹാകേളി-
യാടും തിരകളെ
താഴത്തു നിർത്താതെ
തുള്ളിക്കയാണവൾ!...

പ്രതികാര ദുർഗയായാടും
പ്രകൃതിക്കു കുരുതിക്കളമായി

മാറുന്നു ഭൂതലം
മക്കൾ തൻ പീഡന-
മേറ്റു വശം കെട്ടു
ശക്തി സ്വരൂപിണിയായി മാറുന്നവൾ!

4

നാവുപൊള്ളും
നാട്ടുമാങ്ങകൾ മണക്കുന്ന
കേരം കവുങ്ങും പിലാവും മരിക്കുന്ന
ഉരുൾപൊട്ടലിടിവെട്ടൽ....
ഉഗ്രകോപം പൂണ്ട
കടലിന്റെ സംഹാര-
താണ്ഡവ മഹാനടനം...
നീറിപ്പുകയുന്നൊ-
രഗ്നിശൈലം... ഭൂമി
നൂറായ് പിളർക്കുന്ന
ലാവാ പ്രവാഹവും...

പൊടിപടല പാഷാണ
വർഷം... കൊടുങ്കാറ്റി-
ലടിയിളകി ഒന്നായ്
തിളച്ചു പൊങ്ങും കടൽ....

മലപോലെ കലി തുള്ളി-
യാർത്തിളകി യെത്തുന്നൊ-
രകലളിൽ മറയുന്നി-
തൊന്നോടെ ജീവിതം.

5

കടലാണു ജീവിത-
മെന്നു ചൊല്ലുന്നവർ
കടലിന്റെ മരണവും
കാത്തു നിൽക്കുന്നവർ

ജീവിത സമുദ്രത്തിൽ
മുങ്ങിക്കരേറിയോർ
മുത്തും പവിഴവും
പങ്കിട്ടെടുക്കുവോർ

ഒപ്പം മറന്നു കളയുന്നു
ജീവിത-
പ്പച്ചത്തുരുത്തിനെ-
ചുറ്റും കടലിനെ....

കടൽ
ജീവിതവും മൃതിയുമാ-
ണെന്നോതി
കടൽ കടന്നൊക്കെ-
ക്കവർന്നെടുക്കുന്നവർ

അമൃതകല
കാകോളം
ഐരാവതങ്ങളും...
സകല മൃതുശോഭകൾ...
പകുത്തെടുക്കുന്നവർ
ഹിമവാനു-
മവകാശവാദം മുഴക്കുമ്പൊ-
ളരിശം മുഴുത്തു
വിറച്ചുപോയ്
തീ തുപ്പി
അചലം പിളർന്നു
വിഴുങ്ങുമോ മക്കളെ?!....